- บทเรียนจากผู้เป็นสุข -

บุคคลที่ตามหาพระพรอย่างแท้จริง

ดร.แจร็อก ลี

URIM BOOKS

“คนที่วางใจในพระเจ้าได้รับพระพร
คือผู้ที่ความวางใจของเขาอยู่ในพระเจ้า
เขาเป็นเหมือนต้นไม้ที่ปลูกไว้ริมน้ำซึ่งหยั่งรากของมันออกไปข้างลำน้ำ
เมื่อแดดส่องมาถึงก็ไม่กลัวเพราะใบของมันคงเขียนอยู่เสมอและ
ไม่กระวนกระวายในปีที่แห้งแล้งเพราะมันไม่หยุดที่จะออกผล”
(เยเรมีย์ 17:7-8)

บุคคลที่ตามหาพระพรอย่างแท้จริง โดย ดร. แจร็อก ลี
จัดพิมพ์โดย อูริมบุคส์ (ตัวแทน: เจียมซุน วิน)
235-3, คูโร-ดอง 3, คูโร-กุ, โซล เกาหลีใต้
www.urimbook.com
โทรศัพท์: 82-2-818-7346
โทรสาร: 82-2-851-3854

ห้ามจัดพิมพ์หนังสือเล่มนี้หรือส่วนหนึ่งส่วนใดของหนังสือเล่มนี้ซ้ำ หรือเก็บไว้ในระบบเพื่อนำกลับมาใช้
ใหม่ หรือถ่ายทอดด้วยรูปแบบอื่นใด หรือโดยเครื่องมืออีเลกทรอนิกส์ เครื่องกล การถ่ายสำเนา การบันทึกหรือด้วยวิธีการหนึ่งใดเหล่านี้โดยมิได้รับอนุญาตจากผู้จัดพิมพ์อย่างเป็นลายลักษณ์อักษร

ข้ออ้างอิงพระคัมภีร์ที่ใช้ในหนังสือเล่มนี้นำมาจากพระคริสตธรรมคัมภีร์ไทยฉบับ 1971จัดพิมพ์โดยสมาคมพระคริสตธรรมไทยและพระคัมภีร์ภาษาไทยฉบับ KJV จัดพิมพ์โดย BibleGateway.com

สงวนลิขสิทธิ์ © 2009 โดย ดร.แจร็อก ลี

ISBN: 979-11-263-1345-7 03230
ได้รับอนุญาตให้แปลเป็นภาษาอังกฤษโดยดร.คูยัง ซุง
ได้รับอนุญาตให้แปลเป็นภาษาไทยโดยดร.ดานิเอล แสงวิชัย
จัดพิมพ์ครั้งแรกโดยอูริมบุคส์ กรุงโซล ประเทศเกาหลี สงวนลิขสิทธิ์ © 2007, โดย ดร.แจร็อก ลี

พิมพ์ครั้งที่ 1 เมื่อพฤษภาคม 2009

บทบรรณาธิการโดยดร.เจียมซุน วิน
ออกแบบโดยแผนกบรรณาธิการของอูริมบุคส์
จัดพิมพ์โดย
ข้อมูลเพิ่มเติมโปรดติดต่อ urimbook@hotmail.com

อารัมภบท

มีเรื่องเล่าในหมู่นักศึกษาของมหาวิทยาลัยแห่งหนึ่งในกรุงโรมว่านักศึกษาที่มีปัญหาทางการเงินคนหนึ่งเดินทางไปขอความช่วยเหลือจากเศรษฐีชราคนหนึ่ง ชายชราคนนั้นถามเขาว่าเขาจะนำเงินไปใช้ทำอะไร นักศึกษาคนนั้นตอบว่าเขาจะนำเงินไปใช้ให้เขาเรียนจบ

"แล้วจากนั้นล่ะ"
"ผมต้องหาเงิน"
"แล้วจากนั้นล่ะ"
"ผมจะแต่งงาน"
"แล้วจากนั้นล่ะ"
"ผมจะมีอายุมากขึ้น"
"แล้วจากนั้นล่ะ"
"สุดท้ายผมก็จะตาย"
"แล้วจากนั้นล่ะ"
"???"

เรื่องนี้มีบทเรียนที่ดี ถ้านักศึกษาคนนั้นเป็นผู้ที่แสวงหาพระพรที่แท้จริงซึ่งจะอยู่กับเขาตลอดไปเขาคงตอบคำถามสุดท้ายของเศรษฐีชราคนนั้นว่า "ผมจะไปสวรรค์"

โดยทั่วไปผู้คนในสังคมคิดว่าการมีทรัพย์สินเงิน สุขภาพดี ชื่อเสียง อำนาจ และความสงบสุขในครอบครัวคือพระพร ผู้คนจึงพยายามที่จะได้มาซึ่งสิ่งเหล่านี้ แต่ถ้าเรามองดูรอบข้างเราจะพบว่ามีคนเพียงไม่กี่คนที่ได้ชื่นชมกับพระพรทุกอย่างเหล่านี้อย่างแท้จริง

บางครอบครัวอาจมั่งคั่งร่ำรวยแต่หลายคนกลับมีปัญหาในความสัมพันธ์ระหว่างพ่อ แม่ ลูก หรือญาติพี่น้อง แม้แต่คนที่มีสุขภาพแข็งแรงก็อาจเสียชีวิตของตนอันเนื่องมาจากอุบัติเหตุหรือโรคภัย

ในเดือนเมษายน 1912 นักท่องเที่ยวหลายพันคนกำลังเดินทางไปกับเรือท่องเที่ยวอันหรูหราลำหนึ่งอย่างสงบสุขซึ่งต่อมาเรือลำนั้นประสบอุบัติเหตุอย่างน่าสลดใจ เรือ "ไททานิก" ที่มีผู้โดยสารอยู่บนเรือ ถึง 2,300 คนชนเข้ากับภูเขาน้ำแข็งและอับปางลงในการเดินสมุทรเที่ยวแรกของเรือลำนี้ ไททานิกเป็นเรือเดินสมุทรที่มีขนาดใหญ่ที่สุดในโลกซึ่งอวดอ้างถึงความยอ

ดเยี่ยมและความหรูหราของตน แต่ไม่มีใครรู้หรอกว่าอีกไม่กี่ชั่วโมงต่อมาจะเกิดอะไรขึ้นบ้าง

ไม่มีใครบอกได้อย่างแน่นอนว่าพรุ่งนี้จะเกิดอะไรขึ้น แม้คนหนึ่งจะมีทรัพย์สินเงินทอง ชื่อเสียง และอำนาจในโลกนี้ตลอดชีวิตของตน แต่เขาก็ไม่ใช่คนที่ได้รับพรถ้าเขาต้องตกนรกและทนทุกข์ชั่วนิรันดร์ ด้วยเหตุนี้ พระพรที่แท้จริงคือการได้รับความรอดและการเข้าสู่แผ่นดินสวรรค์

ประมาณ 2 พันปีที่แล้วพระเยซูทรงเริ่มพันธกิจของพระองค์ด้วยการประกาศว่า "จงกลับใจเสียใหม่เพราะว่าแผ่นดินของพระเจ้าอยู่ใกล้แล้ว" คำสอนแรกที่เกิดขึ้นหลังจากคำประกาศนี้ได้แก่คำสอนเรื่อง "ลักษณะของผู้เป็นสุข" ซึ่งจะทำให้ผู้คนไปสู่แผ่นดินสวรรค์ พระเยซูทรงสอนผู้คน (ซึ่งมีลักษณะเหมือนหมอกที่ต้องจางหายไป) ในเรื่องพระพรนิรันดร์ซึ่งได้แก่พระพรที่แท้จริงเพื่อเข้าไปสู่แผ่นดินสวรรค์

พระองค์ทรงสอนผู้คนให้เป็นความสว่างและเกลือของแผ่นดินโลก ทำให้พระบัญญัติสำเร็จ และมีลักษณะของผู้เป็นสุขด้วยเช่นกัน คำสอนนี้ถูกบันทึกไว้ในหนังสือมัทธิวบทที่ 5 ถึงบทที่ 7 เราเรียกคำสอนนี้ว่า "คำเทศนาบนภูเขา"

"ลักษณะของผู้เป็นสุข" บอกเราถึงวิธีการที่จะเป็นมนุษย์ฝ่ายวิญญาณอย่างรวดเร็วเช่นเดียวกับคำสอนเรื่องความรักฝ่ายวิญญาณใน 1 โครินธ์บทที่ 13 และผลของพระวิญญาณในกาลาเทียบทที่ 5

คำสอนเหล่านี้เป็นเหมือนป้ายชี้ทางสำหรับเราเพื่อช่วยเราให้สามารถตรวจสอบตนเองและเป็นสาระสำคัญของการทำให้เราได้รับการชำระให้บริสุทธิ์และเข้าสู่นครเยรูซาเล็มใหม่ซึ่งเป็นที่ตั้งของพระที่นั่งของพระเจ้าและเป็นที่อยู่อาศัยที่รุ่งเรืองที่สุดในสวรรค์

หนังสือเรื่อง "บุคคลที่ตามหาพระพรอย่างแท้จริง" เป็นบทสรุปของคำเทศนาเรื่องลักษณะของผู้เป็นสุขที่ผมเคยแบ่งปันในคริสตจักรมาแล้วสองสามาครั้ง

ถ้าเรามีลักษณะของผู้เป็นสุขเราจะไม่เพียงแต่ได้รับพระพรต่าง ๆ ในโลกนี้ (เช่น ทรัพย์สินเงินทอง สุขภาพ ชื่อเสียง อำนาจ และความสงบสุขในครอบครัว) เท่านั้น แต่เราจะได้ครอบครองนครเยรูซาเล็มใหม่ซึ่งเป็นที่อยู่อาศัยที่งดงามที่สุดในสวรรค์ด้วยเช่นกัน พระพรที่พระเจ้าประทานให้จะไม่สั่นคลอนไม่ว่าในสถานการณ์ที่ยากลำบากใด ๆ ก็ตาม ถ้าเรามีลักษณะของผู้เป็นสุขเราจะไ

ม่มีความบกพร่องใดเลย

ผมอธิษฐานเพื่อว่าผู้คนจำนวนมากจะเปลี่ยนเป็นมนุษย์ฝ่ายวิญญาณที่แสวงหาพระพรที่แท้จริงและได้รับพระพรทั้งสิ้นที่พระเจ้าทรงจัดเตรียมไว้ผ่านทางหนังสือเล่มนี้ ผมขอขอบคุณดร.เจียมซุน วินผู้อำนวยการแผนกบรรณาธิการและผู้ทำการทุกคนด้วยเช่นกัน

ดร.แจร็อก ลี

สารบัญ

อารัมภบท

บทที่ 1
บุคคลผู้ใดรู้สึกบกพร่องฝ่ายวิญญาณผู้นั้นเป็นสุข 1

บทที่ 2
บุคคลผู้ใดโศกเศร้าผู้นั้นเป็นสุขเพราะว่าเขาจะได้รับการทรงปลอบประโลม 21

บทที่ 3
บุคคลผู้ใดมีใจอ่อนโยนผู้นั้นเป็นสุขเพราะว่าเขาจะได้รับแผ่นดินโลกเป็นมรดก 37

บทที่ 4
บุคคลผู้ใดหิวกระหายความชอบธรรมผู้นั้นเป็นสุขเพราะว่าพระเจ้าจะทรงให้อิ่มบริบูรณ์ 55

บทที่ 5
บุคคลผู้ใดมีใจกรุณาผู้นั้นเป็นสุขเพราะว่าเขาจะได้รับพระกรุณา
ตอบ   69

บทที่ 6
บุคคลผู้ใดมีใจบริสุทธิ์ผู้นั้นเป็นสุขเพราะว่าเขาจะได้เห็นพระเ
จ้า   89

บทที่ 7
บุคคลผู้ใดสร้างสันติผู้นั้นเป็นสุขเพราะว่าพระเจ้าจะทรงเรียกเข
าว่าเป็นบุตร   105

บทที่ 8
บุคคลผู้ใดต้องถูกข่มเหงเพราะเหตุความชอบธรรมผู้นั้นเป็นสุขเ
พราะว่าแผ่นดินสวรรค์เป็นของเขา   125

บทที่ 1

พระพรประการแรก

2 . บุคคลที่ตามหาพระพรอย่างแท้จริง

มัทธิว 5:3

"บุคคลผู้ใดรู้สึกบกพร่องฝ่ายวิญญาณ ผู้นั้นเป็นสุข เพราะแผ่นดินสวรรค์เป็นของเขา"

นักโทษประหารที่อยู่ในเรือนจำของอเมริกาคนหนึ่งน้ำตาไหลพรากเมื่อเขาอ่านข้อความพาดหัวข่าวของหนังสือพิมพ์นั้น ข่าวพาดหัวของหนังสือพิมพ์ฉบับนั้นพูดถึงการสถาปนานายสเทเฟน โกรเวอร์ คลิฟแลนด์ขึ้นเป็นประธานาธิบดีคนที่ 22 ของสหรัฐอเมริกา ผู้คุมที่เฝ้านักโทษประหารคนนั้นถามเขาว่าทำไมเขาจึงร้องไห้ นักโทษคนนั้นก้มหน้าลงและเริ่มอธิบายถึงสาเหตุ

เขาบอกว่า "สเทเฟนกับผมเรียนในมหาวิทยาลัยแห่งเดียวกัน วันหนึ่งหลังจากที่เราเรียนเสร็จเราได้ยินเสียงระฆังของโบสถ์แห่งหนึ่ง สเทเฟนขอให้ผมไปโบสถ์กับเขา แต่ผมปฏิเสธ เขามุ่งหน้าไปโบสถ์และผมมุ่งหน้าไปยังผับแห่งหนึ่ง นั่นคือสิ่งที่ทำให้ชีวิตของเราทั้งสองแตกต่างกัน"

การเลือกในช่วงเวลาหนึ่งได้เปลี่ยนแปลงชีวิตทั้งหมดของชายคนนี้ไปอย่างสิ้นเชิง แต่สิ่งนี้ไม่เกี่ยวข้องเฉพาะกับชีวิตในโลกนี้เท่านั้น ชีวิตนิรันดร์ของเราอาจเปลี่ยนแปลงไปได้เพราะการเลือกของเราด้วยเช่นกัน

ผู้คนที่ได้รับเชิญไปร่วมงานเลี้ยงในสวรรค์

ในลูกาบทที่ 14 ชายคนหนึ่งจัดงานเลี้ยงอาหารมื้อเย็นขึ้นและได้เชิญผู้คนจำนวนมากเอาไว้ เขาใช้บ่าวของตนไปบอกคนทั้งหลายที่ได้รับเชิญเอาไว้ แต่บ่าวของเขากลับมาเพียงลำพัง ผู้คนที่ได้รับเชิญมีเหตุผลมากมายและมีงานยุ่งเกินกว่าที่จะมาร่วมในงานเลี้ยงนั้นได้

"ผมซื้อที่ดินไว้ผืนหนึ่งและผมต้องไปดูแลที่ดินผืนนั้น ขอบคุณสำหรับคำเชิญ แต่เสียใจด้วยที่ผมมาไม่ได้"

“ผมซื้อโคไว้ห้าคู่และผมต้องไปลองดูโคเหล่านั้น ผมเสียใจด้วยที่ไปร่วมงานเลี้ยงนั้นไม่ได้”

“ผมรู้ว่าคุณจะเข้าใจเพราะผมเพิ่งแต่งงานใหม่ เพราะเหตุนี้ผมจึงไม่สามารถมาร่วมงานได้”

เจ้าภาพที่จัดงานเลี้ยงคนนั้นจึงส่งข่าวของเขาไปตามถนนและตามตรอกซอกซอยในเมืองเพื่อพาคนจน คนพิการ คนตาบอด และคนขาเป๋มาร่วมในงานเลี้ยง ในคำอุปมาเรื่องนี้พระเยซูทรงเปรียบเทียบแขกที่ได้รับเชิญกับผู้คนที่ได้รับให้ไปร่วมงานเลี้ยงในสวรรค์

ในปัจจุบันผู้คนที่รู้สึกพรั่งพร้อมฝ่ายวิญญาณจะไม่ยอมรับเอาพระกิตติคุณ เขามีข้อแก้ตัวที่จะไม่เข้าร่วมมากมายในขณะที่ผู้คนที่รู้สึกบกพร่องฝ่ายวิญญาณจะตอบรับคำเชิญอย่างรวดเร็ว เพราะเหตุนี้ประตูด่านแรกที่จะนำไปสู่พระพรที่แท้จริงคือการเป็นบุคคลที่รู้สึกบกพร่องฝ่ายวิญญาณ

บุคคลที่รู้สึกบกพร่องฝ่ายวิญญาณ

การเป็น “บุคคลที่รู้สึกบกพร่องฝ่ายวิญญาณ” คือการมีจิตใจที่ขัดสนซึ่งเป็นจิตใจที่ปราศจากความหยิ่งผยอง ทิฐิมานะ ความเห็นแก่ตัว ความปรารถนาส่วนตัว หรือความชั่วร้าย ดังนั้นคนที่ “รู้สึกบกพร่องฝ่ายวิญญาณ” จึงยอมรับเอาพระกิตติคุณอย่างง่ายดาย หลังจากต้อนรับเอาพระเยซูคริสต์แล้วคนเหล่านี้มีใจปรารถนาสิ่งที่อยู่ฝ่ายวิญญาณ เขาจะได้รับการเปลี่ยนแปลงด้วยฤทธิ์อำนาจของพระเจ้าอย่างรวดเร็วด้วยเช่นกัน

ผู้หญิงบางคนพูดว่า “สามีของดิฉันเป็นคนดี แต่เขาไม่ต้องการที่จะรับเอาพระกิตติคุณ” ผู้คนมักถือว่าคนบางคนเป็น “คนดี”

ถ้าคนนั้นไม่ได้ทำสิ่งที่ชั่วร้ายออกมาภายนอก แม้คนเหล่านี้อาจดูเป็นคนดี แต่ถ้าเขาไม่ยอมรับเอาพระกิตติคุณเพราะเขารู้สึกว่าตนมีความพรั่งพร้อมในจิตใจ เราจะเรียกคนเช่นนี้ว่าเป็นคนดีอย่างแท้จริงได้อย่างไร

ในมัทธิวบทที่ 19 มีเศรษฐีหนุ่มมาหาพระเยซูและถามพระองค์ว่าเขาต้องทำดีประการใดจึงจะได้ชีวิตนิรันดร์ พระเยซูทรงบอกให้เขารักษาพระบัญญัติทั้งสิ้นของพระเจ้า นอกจากนั้นพระองค์ทรงบอกให้เขาขายสิ่งสารพัดที่เขามีอยู่เพื่อแจกจ่ายให้กับคนยากจนและติดตามพระองค์

เศรษฐีหนุ่มคนนั้นคิดว่าเขารักพระเจ้าและรักษาพระบัญญัติของพระองค์เป็นอย่างดี แต่เขากลับเดินจากไปด้วยความทุกข์เพราะเขาเป็นคนที่ร่ำรวยและเขาเห็นว่าทรัพย์สมบัติของตนมีค่ายิ่งกว่าการได้ชีวิตนิรันดร์ เมื่อทอดพระเนตรดูเศรษฐีหนุ่มคนนั้น พระเยซูตรัสว่า "เราบอกท่านทั้งหลายอีกว่าตัวอูฐจะลอดรูเข็มก็ง่ายกว่าคนมั่งมีจะเข้าในแผ่นดินของพระเจ้า" (ข้อ 24)

การเป็นคนร่ำรวยในที่นี้ไม่ได้หมายถึงการมีทรัพย์สมบัติอย่างมากมาย แต่หมายถึงการเป็นคนร่ำรวยฝ่ายวิญญาณ ผู้คนที่รู้สึกว่าตนเป็นคนพรั่งพร้อมฝ่ายวิญญาณอาจไม่กระทำสิ่งที่ชั่วร้ายออกมาภายนอก แต่เขามีความปรารถนาฝ่ายโลกอย่างรุนแรง คนเหล่านี้ปีติยินดีกับเงินทอง อำนาจ ความรู้ ศักดิ์ศรี กิจกรรมนันทนาการ ความบันเทิง และความสนุกสนานอย่างอื่น เพราะเหตุนี้เขาจึงไม่รู้สึกว่าตนต้องการพระกิตติคุณและไม่แสวงหาพระเจ้า

พระพรแห่งความมั่งคั่งสำหรับผู้คนที่รู้สึกบกพร่องฝ่ายวิญญาณ

ในลูกาบทที่ 16 มีเศรษฐีคนหนึ่งที่ใช้ชีวิตอย่างสุขสำราญแ

ละจัดงานเลี้ยงทุกวัน เขาร่ำรวยมากจนเขารู้สึกพรั่งพร้อมในจิตใจของตน เขาไม่รู้สึกถึงความต้องการที่จะเชื่อถือในพระเจ้า แต่ลาซารัสคนขอทานทนทุกข์อยู่กับโรคภัยไข้เจ็บและต้องนั่งขอทานอยู่ที่ประตูบ้านของเศรษฐี เพราะเขารู้สึกบกพร่องฝ่ายวิญญาณ ลาซารัสจึงแสวงหาพระเจ้า

เกิดอะไรขึ้นกับเขาหลังจากทั้งสองคนเสียชีวิต ลาซารัสได้รับความรอดและพักพิงอยู่ในอ้อมอกของอับราฮัม แต่เศรษฐีคนนั้นตกลงไปสู่แดนมรณาและทนทุกข์ชั่วนิรันดร์

เปลวไฟในแดนมรณานั้นร้อนมากจนเศรษฐีคนนั้นร้องว่า "อับราฮัมบิดาเจ้าข้า ขอเอ็นดูข้าพเจ้าเถิด ขอใช้ลาซารัสมาเพื่อจะเอาปลายนิ้วจุ่มน้ำมาแตะลิ้นของข้าพเจ้าให้เย็นด้วยว่าข้าพเจ้าตรำทุกข์ทรมานอยู่ในเปลวไฟนี้" (ข้อ 24) เขาไม่อาจหนีพ้นความทุกข์ทรมานได้แม้แต่วินาทีเดียว

คนประเภทใดเป็นคนที่ได้รับพระพร คนที่ได้รับพระพรไม่ใช่คนที่มีทรัพย์สินเงินทองและอำนาจมากมายและไม่ใช่คนที่มีความสุขกับชีวิตของตนบนโลกนี้เหมือนเศรษฐี ชีวิตของคนที่ได้รับพระพรคือชีวิตที่ต้อนรับเอาพระเยซูคริสต์และเข้าสู่แผ่นดินสวรรค์เหมือนลาซารัสแม้เขาจะดูเป็นคนต่ำต้อย เราไม่สามารถเปรียบเทียบชีวิตเพียง 70 หรือ 80 ปีในโลกนี้กับชีวิตนิรันดร์

คำอุปมาเรื่องนี้บอกเราให้ทราบว่าสิ่งสำคัญไม่ได้อยู่ที่ว่าเราร่ำรวยหรือยากจนในโลกนี้ แต่อยู่ที่การเป็นคนรู้สึกบกพร่องฝ่ายวิญญาณและการเชื่อในพระเจ้า

แต่ไม่ได้หมายความว่าบุคคลที่รู้สึกบกพร่องฝ่ายวิญญาณและต้อนรับเอาพระเยซูคริสต์ต้องมีชีวิตอยู่อย่างขัดสนและทนทุกข์กับโรคภัยไข้เจ็บเหมือนลาซารัสเพื่อให้ได้รับความรอด แต่เพราะพระเยซูทรงไถ่เราให้พ้นจากบาปและทรงดำเนินชีวิตอยู่ในควา

มยากจน เมื่อเรารู้สึกบกพร่องฝ่ายวิญญาณและดำเนินชีวิตด้วยพระคำของพระเจ้าเราก็สามารถเป็นคนมั่งมี (2 โครินธ์ 8:9)

3 ยอห์น 1:2 กล่าวว่า "ท่านที่รัก ข้าพเจ้าอธิษฐานให้ท่านมีพลานามัยสมบูรณ์และเจริญสุขทุกประการ อย่างจิตวิญญาณของท่านจำเริญอยู่นั้น" เมื่อจิตวิญญาณของเราจำเริญขึ้นเราจะมีพลานามัยฝ่ายวิญญาณและฝ่ายร่างกายและเราจะได้รับพระพรทางด้านการเงิน มีความสงบสุขในครอบครัว และได้รับพระพรอื่น ๆ อีกมากมาย

แม้เราได้ต้อนรับเอาพระเยซูคริสต์และชื่นชมกับพระพรแห่งความมั่งคั่ง แต่เราก็ต้องรักษาความเชื่อในพระคริสต์เอาไว้จนถึงวาระสุดท้ายเพื่อจะครอบครองแผ่นดินสวรรค์อย่างสมบูรณ์ ถ้าเราหันไปจากหนทางแห่งความรอดด้วยการหลงรักโลกนี้ ชื่อของเราก็จะถูกลบออกจากหนังสือแห่งชีวิต (สดุดี 69:28)

สิ่งนี้เป็นเหมือนการวิ่งแข่งมาราธอน เมื่อนักวิ่งมาราธอนที่กำลังวิ่งนำเป็นอันดับหนึ่งวิ่งออกนอกเส้นทางก่อนที่จะถึงเส้นชัย เขาจะไม่ได้รับรางวัลใดเลย

กล่าวคือ แม้เราจะดำเนินชีวิตคริสเตียนอย่างร้อนรนในเวลานี้ แต่ถ้าเรารู้สึกพรั่งพร้อมในจิตใจเนื่องจากการทดลองในเรื่องเงิน และความสนุกสนานฝ่ายโลก ความร้อนรนของเราก็จะเยือกเย็นลง เราอาจหลงหายไปจากพระเจ้า ถ้าเราทำเช่นนั้นเราจะไม่สามารถเข้าสู่แผ่นดินสวรรค์

เพราะเหตุนี้ 1 ยอห์น 2:15-16 จึงกล่าวว่า

"อย่ารักโลกหรือสิ่งของในโลก ถ้าผู้ใดรักโลก ความรักต่อพระบิดาไม่ได้อยู่ในผู้นั้น เพราะว่าสารพัดซึ่งมีอยู่ในโลกคือตัณหา

ของเนื้อหนัง ตัณหาของตา และความทะนงในลาภยศไม่ได้เกิดมาจากพระบิดา แต่เกิดมาจากโลก และโลกกับสิ่งที่ยั่วยวนของโลกกำลังล่วงไป แต่ผู้ที่ประพฤติตามพระทัยของพระเจ้าจะดำรงอยู่เป็นนิตย์”

จงสลัดทิ้งตัณหาของเนื้อหนัง

ตัณหาของเนื้อหนังคือความคิดในเรื่องความเท็จที่เกิดขึ้นในจิตใจ สิ่งเหล่านี้คือธรรมชาติที่ต้องการจะทำบาป ถ้าเรามีความเกลียดชัง ความโกรธเคือง ความอยาก ความอิจฉา ความคิดล่วงประเวณี และความหยิ่งผยองในจิตใจ เราก็อยากจะเห็น ฟัง คิด และทำตามธรรมชาติเหล่านี้

ยกตัวอย่าง ถ้าคนหนึ่งมีธรรมชาติของการพิพากษาและการกล่าวร้ายคนอื่นเขาก็มีความปรารถนาที่จะฟังข่าวลือเกี่ยวกับคนอื่น จากนั้นเขาจะปล่อยข่าวลือเหล่านี้ออกไปใส่ร้ายป้ายสีคนอื่น และมีความสุขกับการกระทำดังกล่าวโดยไม่ตรวจสอบเพื่อค้นหาและรู้จักความจริง

นอกจากนั้น ถ้าคนหนึ่งมีความโกรธเคืองอยู่ในจิตใจ เขาจะโกรธแม้กระทั่งในเรื่องเล็ก ๆ น้อย ๆ เขาจะรู้สึกดีขึ้นหลังจากที่เขาเทความโกรธของตนออกมา แม้เขาพยายามที่จะระงับความโกรธของตนเอาไว้ แต่สิ่งนั้นจะทำให้เขาเจ็บปวด ดังนั้นเขาจึงทำสิ่งใดไม่ได้นอกจากจะเทความโกรธของตนออกมา

เพื่อจะกำจัดตัณหาของเนื้อหนังทิ้งไปเราต้องอธิษฐาน เราสามารถกำจัดสิ่งเหล่านี้ทิ้งไปอย่างแน่นอนถ้าเราได้รับการเต็มล้นด้วยพระวิญญาณผ่านการอธิษฐานอย่างร้อนรน แต่ถ้าเราหยุดอธิษฐานหรือขาดการเต็มล้นด้วยพระวิญญาณ เราก็เปิดโอกาสให้ซาต

านกระตุ้นตัณหาของเนื้อหนัง ผลลัพธ์ก็คือเราอาจทำบาป

1 เปโตร 5:8 กล่าวว่า “ท่านทั้งหลายจงสงบใจจงระวังระไวให้ดี ด้วยว่าศัตรูของท่านคือมารวนเวียนอยู่รอบ ๆ ดุจสิงห์คำรามเที่ยวไปเสาะหาคนที่มันจะกัดกินได้” เราต้องตื่นตัวด้วยการอธิษฐานอยู่เสมอเพื่อรับเอาการเต็มล้นด้วยพระวิญญาณบริสุทธิ์ เราสามารถเป็นบุคคลที่รู้สึกบกพร่องฝ่ายวิญญาณผ่านการอธิษฐานอย่างร้อนรนด้วยการกำจัดตัณหาของเนื้อหนัง (ซึ่งเป็นธรรมชาติบาป) ทิ้งไป

จงสลัดตัณหาของตา

ตัณหาของตาคือธรรมชาติบาปที่ถูกกระตุ้นขึ้นเมื่อเราเห็นหรือได้ยินบางสิ่งบางอย่าง ตัณหาของตาจะผลักดันเราให้เกิดความอยากและทำตามที่เราเห็นหรือได้ยิน เมื่อเราเห็นบางสิ่งบางอย่างและยอมรับเอาสิ่งนั้นเข้ามาด้วยความรู้สึก สิ่งนั้นจะกระตุ้นความรู้สึกที่แบบเดียวกันให้เกิดขึ้นเมื่อเราเห็นสิ่งที่คล้ายคลึงกันในภายหลัง แม้เราจะไม่เห็นแต่ถ้าเราได้ยินสิ่งที่คล้ายคลึงกันความรู้สึกแบบเดียวกันก็จะเกิดขึ้นซึ่งทำให้เกิดตัณหาของตา

ถ้าเราไม่กำจัดตัณหาของตาทิ้งไปแต่กลับรับเอาสิ่งนี้เข้ามาอยู่อย่างต่อเนื่อง ตัณหาของตาจะกระตุ้นตัณหาของเนื้อหนังให้เกิดขึ้น ในที่สุดท่านก็มีแนวโน้มที่จะทำบาป ดาวิด (ซึ่งเป็นบุคคลที่พระเจ้าทรงชอบพระทัย) ทำบาปเนื่องจากตัณหาของตาเช่นกัน

วันหนึ่ง หลังจากดาวิดถูกตั้งให้เป็นกษัตริย์และประเทศมีความมั่นคง ในขณะที่ท่านดำเนินอยู่บนหลังคาพระราชวังนั้นดาวิดทอดพระเนตรเห็นนางบัทเชบาภรรยาของอูรีอาห์อาบน้ำอยู่ ท่านถูกทอดลองและได้สมสู่กับนาง

ในเวลานั้นสามีของนางกำลังทำสงครามเพื่อประเทศชาติที่สนามรบ ต่อมากษัตริย์ดาวิดทรงทราบว่านางบัทเชบาตั้งครรภ์ เพื่อปกปิดความผิดของตนดาวิดจึงเรียกตัวอุรีอาห์กลับจากสนามรบและบัญชาให้เขาไปนอนที่บ้าน

แต่เพราะอุรีอาห์ต้องการร่วมทุกข์ร่วมสุขกับเพื่อนทหารที่กำลังสู้รบอยู่ด้วยความยากลำบากเขาจึงเลือกนอนที่ประตูพระราชวังของดาวิดแทนที่จะกลับไปนอนที่บ้าน เมื่อทุกสิ่งไม่ได้เป็นไปตามที่ตนวางแผนเอาไว้ดาวิดจึงส่งอุรีอาห์ไปรบที่ชายแดนเพื่อให้เขาถูกฆ่าเสียที่นั่น

ดาวิดคิดว่าท่านรักพระเจ้ามากกว่าคนอื่น แต่เมื่อตัณหาของตาเกิดขึ้นกับท่าน ท่านจึงทำสิ่งชั่วร้ายด้วยการสมสู่กับภรรยาของชายอื่น นอกจากนี้ เพื่อปกปิดความผิดของตนเอาไว้ ดาวิดได้ทำสิ่งที่ชั่วร้ายมากยิ่งขึ้นด้วยการเป็นผู้ฆ่าคน

ต่อมาดาวิดพบกับความทุกข์ยากลำบากเพื่อเป็นการลงโทษบาปของท่าน บุตรชายที่เกิดกับนางบัทเชบาเสียชีวิตและดาวิดต้องหลบหนีจากการก่อกบฏของอับซาโลมบุตรชายของตน ดาวิดได้ยินคำแช่งด่าจากคนที่ต่ำต้อยด้วยเช่นกัน

จากเหตุการณ์นี้ดาวิดเริ่มตระหนักถึงรูปแบบของความชั่วร้ายที่อยู่ในจิตใจของท่านและกลับใจต่อพระพักตร์อย่างสิ้นเชิง สุดท้ายท่านกลายเป็นกษัตริย์ที่พระเจ้าทรงใช้อย่างยิ่งใหญ่

ในปัจจุบัน เยาวชนหลายคนกำลังหมกมุ่นอยู่กับสื่อและสิ่งตีพิมพ์สำหรับผู้ใหญ่ทางอินเตอร์เน็ต คนเหล่านี้ไม่ควรล้อเล่นกับสิ่งเหล่านี้ ตัณหาของตาประเภทนี้เป็นเหมือนการจุดชนวนระเบิดของตัณหาของเนื้อหนังให้ประทุขึ้น

ขอให้เราเปรียบเทียบเรื่องนี้กับการทำสงคราม สมมุติว่าตัณหาของเนื้อหนังเป็นเหมือนทหารที่กำลังต่อสู้อยู่ภายในกำแพงเ

เมืองและตัณหาของตาเป็นเหมือนกำลังบำรุงหรือกองกำลังสนับสนุนให้กับทหารที่อยู่ในกำแพงเมือง ถ้าทหารที่อยู่ภายในกำแพงเมืองได้รับกำลังสนับสนุนอยู่อย่างต่อเนื่องทหารที่อยู่ภายในกำแพงเมืองก็จะมีความแข็งแกร่งมากขึ้นในการต่อสู้ ถ้าตัณหาของเนื้อหนังได้รับการสนับสนุนอยู่เช่นนี้เราก็ไม่สามารถเอาชนะสิ่งนี้ได้

เราจะเอาชนะการต่อสู้นี้ได้ด้วยการกำจัดตัณหาของตาทิ้งไป ด้วยเหตุนี้เราจึงไม่ควรดู ฟัง หรือคิดในสิ่งที่ไม่ใช่ความจริง ยิ่งกว่านั้น เมื่อเราดู ฟัง และคิดเฉพาะในสิ่งที่เป็นความจริงและมีความรู้สึกที่ดี เราก็สามารถกำจัดตัณหาของตาทิ้งไปได้อย่างสมบูรณ์

จงสละทิ้งความทะนงในลาภยศ

ความทะนงในลาภยศคือธรรมชาติที่มักโอ้อวดตนเอง ความทะนงในลาภยศเป็นการปล่อยตัวไปตามความสนุกเพลิดเพลินฝ่ายร่างกายของโลกนี้เพื่อสร้างความพอใจให้กับตัณหาของเนื้อหนังและตัณหาของตาและเพื่อโอ้อวดความสำเร็จของตนต่อผู้อื่น ถ้าเรามีธรรมชาติประเภทนี้เราจะโอ้อวดทรัพย์สมบัติ เกียรติยศ ความรู้ ตะลันต์ รูปร่างหน้าตา และสิ่งอื่น ๆ เพื่อโชว์ตัวเองและเรียกความสนใจจากผู้อื่น

ยากอบ 4:16 กล่าวว่า “ตามความจริงท่านทั้งหลายโอ้อวดด้วยความทะนงตน การโอ้อวดทุกอย่างเช่นนี้เป็นความชั่ว” การโอ้อวดไม่เป็นประโยชน์กับเรา ด้วยเหตุนี้ 1 โครินธ์ 1:31 จึงกล่าวว่า “ให้ผู้โอ้อวดอวดองค์พระผู้เป็นเจ้า” เราต้องอวดเฉพาะองค์พระผู้เป็นเจ้าและถวายเกียรติแด่พระเจ้าเท่านั้น

การโอ้อวดองค์พระผู้เป็นเจ้าคือการอวดถึงสิ่งที่พระเจ้าทรงตอบเรา ประทานพระพรและพระคุณให้กับเรา และอวดถึงแผ่นดินสวรรค์ นี่เป็นการถวายเกียรติแด่พระเจ้าและการปลูกฝังความรักและความหวังให้กับผู้ที่รับฟังเพื่อคนเหล่านั้นจะมีใจปรารถนาสิ่งที่อยู่ฝ่ายวิญญาณ

แต่บางคนพูดว่าเขาโอ้อวดองค์พระผู้เป็นเจ้า แต่ที่จริงเขาต้องการยกย่องตนเองผ่านการกระทำเช่นนั้น การกระทำเช่นนี้จะไม่ส่งผลให้เกิดการเปลี่ยนแปลงกับคนอื่น ด้วยเหตุนี้ เราควรหันไปทบทวนตนเองในทุกสิ่งเพื่อความทะนงในลาภยศจะไม่เกิดขึ้นกับเรา (โรม 15:2)

จงเป็นเหมือนเด็กเล็ก ๆ ในฝ่ายวิญญาณ

เด็กคนหนึ่งอาศัยอยู่ในเมืองเล็ก ๆ แห่งหนึ่งในสหรัฐอเมริกา เนื่องจากชั้นเรียนรวีฯ ของเขามีขนาดเล็กมาก ดังนั้นเขาจึงอธิษฐานขอให้พระเจ้าประทานชั้นเรียนที่มีขนาดใหญ่กว่าให้กับเขา หลังจากหลายวันผ่านไปเขาก็ไม่ได้รับคำตอบ จากนั้นเด็กคนนี้จึงเริ่มเขียนจดหมายถึงพระเจ้าทุกวัน

แต่เด็กคนนี้เสียชีวิตก่อนที่เขาจะมีอายุครบ 10 ขวบ เมื่อแม่ของเขากำลังเก็บรวบรวมสิ่งของเครื่องใช้ของเด็กคนนี้แม่ของเขาค้นพบจดหมายมัดหนึ่งที่เขาเขียนถึงพระเจ้า แม่ของเขานำจดหมายเหล่านั้นไปให้กับศิษยาภิบาลและท่านรู้สึกซึ้งใจมาก ศิษยาภิบาลเอ่ยถึงเรื่องนี้ในคำเทศนาของท่าน

ข่าวนี้แพร่สะพัดออกไปตามที่ต่าง ๆ เงินถวายจำนวนมากถูกส่งมาจากหลายที่หลายแห่ง ในไม่ช้าเขาก็มีเงินมากพอที่จะสร้างคริสตจักรหลังใหม่ ต่อมาการตั้งโรงเรียนประถม โรงเรียนมัธยม

และวิทยาลัยถูกสร้างขึ้นโดยใช้ชื่อของเด็กคนนี้ สิ่งนี้เป็นผลที่เกิดจากความเชื่อแบบไร้เดียงสาของเด็กตัวเล็ก ๆ คนหนึ่งที่เชื่อว่าพระเจ้าคือผู้ที่จะประทานสิ่งที่เราทูลขอ

ในมัทธิวบทที่ 18 สาวกทูลถามพระเยซูว่าใครคือผู้ที่เป็นใหญ่ที่สุดในแผ่นดินสวรรค์ พระเยซูตรัสตอบเขาว่า "เรากล่าวความจริงแก่ท่านทั้งหลายว่าถ้าพวกท่านไม่กลับใจเป็นเหมือนเด็กเล็ก ๆ ท่านจะเข้าในแผ่นดินสวรรค์ไม่ได้เลย" (ข้อ 3) เราทุกคนต้องมีจิตใจของเด็กเล็ก ๆ ต่อพระพักตร์พระเจ้าไม่ว่าเราจะมีอายุเท่าไหร่ก็ตาม

เด็กเป็นผู้ที่ไร้เดียงสาและบริสุทธิ์ เขายอมรับทุกสิ่งตามที่ตนได้รับการสั่งสอน เช่นเดียวกัน เราจะเข้าสู่แผ่นดินสวรรค์ได้ก็ต่อเมื่อเราเชื่อและเชื่อฟังพระคำของพระเจ้าตามที่เราได้ยินมาเท่านั้น

ยกตัวอย่าง พระคำของพระเจ้ากล่าวว่า "จงอธิษฐานอยู่เสมอ" เราจึงควรอธิษฐานอยู่เสมอโดยไม่หาข้อแก้ตัว พระเจ้าทรงบอกให้เราชื่นบานอยู่เสมอ เราจึงควรชื่นบานอยู่เสมอโดยไม่พยายามที่จะคิดว่า "ผมจะชื่นบานได้อย่างไรในเมื่อผมมีสิ่งที่น่าเสียใจมากมายในชีวิต" พระเจ้าทรงบอกให้เรารักศัตรู เราจึงควรพยายามรักศัตรูของเราโดยไม่มีข้อแก้ตัว

เช่นเดียวกัน ถ้าเรามีจิตใจของเด็กเล็ก ๆ เราก็จะกลับใจจากความผิดที่เราทำอย่างรวดเร็วและพยายามที่จะดำเนินชีวิตตามพระคำของพระเจ้า

แต่ถ้าบุคคลถูกเปรอะเปื้อนด้วยโลกและสูญเสียความบริสุทธิ์ของตนไปเขาจะเกิดความด้านชาแม้ในยามที่เขาทำบาป เขาจะตัดสินและกล่าวประณามคนอื่น เปิดโปงความผิดและความบกพร่องของคนอื่น พูดโกหกในเรื่องเล็กและเรื่องใหญ่ แต่เขาจ

ะไม่รู้สึกว่าตนกำลังทำสิ่งที่ชั่วร้าย

เขาจะดูถูกคนอื่น รอให้คนอื่นปรนนิบัติตน ถ้าสิ่งใดไม่เป็นประโยชน์กับเขา เขาก็จะลืมบุญคุณที่เขาเคยได้รับ แต่เขาจะไม่มีความรู้สึกผิดในจิตสำนึกของตน เพราะเขามีความปรารถนาที่จะแสวงหาผลประโยชน์ส่วนตัว ดังนั้นเขาจึงทำเช่นนั้นเพื่อให้ได้มาซึ่งสิ่งที่ตนต้องงการ

แต่ถ้าเราเป็นเหมือนเด็กเล็ก ๆ ในฝ่ายวิญญาณเราจะมีความรู้สึกไวต่อสิ่งที่ดีและสิ่งที่ชั่ว ถ้าเราเห็นสิ่งที่ดีเราจะรู้สึกซาบซึ้งและหลั่งน้ำตาแห่งความยินดี เราจะรังเกียจสิ่งที่ชั่ว แม้ผู้คนในโลกนี้จะพูดว่าสิ่งนั้นไม่ใช่ความชั่ว แต่ถ้าพระเจ้าตรัสว่าสิ่งนั้นเป็นความชั่ว เราจะเกลียดชังสิ่งนั้นจากจิตใจของเราและพยายามที่จะไม่ทำบาป

เด็กเล็ก ๆ ไม่หยิ่งผยองด้วยเช่นกัน ดังนั้นเขาจึงไม่ยืนกรานอยู่กับความเห็นของตน เขายอมรับสิ่งที่คนอื่นสอนเขาเช่นเดียวกัน คนที่เป็นเหมือนเด็กเล็ก ๆ ในฝ่ายวิญญาณจะไม่ยึดโยงอยู่กับความหยิ่งผยองของตนหรือไม่พยายามที่จะยกตนขึ้น พวกฟาริสีและพวกธรรมาจารย์ในสมัยพระเยซูตัดสินและกล่าวประณามคนอื่นโดยพูดว่าตนเท่านั้นที่รู้จักความจริง แต่คนที่เป็นเหมือนเด็กเล็ก ๆ ในฝ่ายวิญญาณจะไม่กระทำเช่นกัน เขาจะประพฤติตนอย่างถ่อมใจและอ่อนสุภาพเหมือนกับองค์พระผู้เป็นเจ้าของเรา

คนที่เป็นเหมือนเด็กเล็ก ๆ ในฝ่ายวิญญาณจะไม่ยืนกรานว่าตนเป็นฝ่ายถูกเมื่อเขาฟังพระคำของพระเจ้า แม้จะมีบางสิ่งที่ไม่ตรงกับความรู้หรือสิ่งที่เขาไม่เข้าใจ เขาจะไม่ตัดสินหรือไม่เข้าใจผิด แต่เขาจะเชื่อและเชื่อฟังก่อนเป็

นอันดับแรก เมื่อเขาได้ยินถึงการทำงานของพระเจ้าเขาจะไม่แสดงความหยิ่งผยองหรือความอวดดี แต่เขามีใจปรารถนาที่จะมีประสบการณ์แบบเดียวกันด้วยตนเอง

ถ้าเราเป็นเหมือนเด็กเล็ก ๆ ฝ่ายวิญญาณเราจะเชื่อและเชื่อฟังพระคำของพระเจ้าตามที่เป็นอยู่ ถ้าเราค้นพบความผิดบาปตามพระคำของพระเจ้าเราจะพยายามเปลี่ยนแปลงตนเอง

แต่ในบางกรณี คนเหล่านี้ดำเนินชีวิตคริสเตียนมาเป็นเวลานานและสะสมพระคำของพระเจ้าเป็นเพียงความรู้และจิตใจของเขากลายเป็นเหมือนจิตใจของผู้ใหญ่ เมื่อเขาได้รับพระคุณเป็นครั้งแรกเขากลับใจและอดอาหารเพื่อกำจัดบาปที่ตนค้นพบทิ้งไป แต่ภายหลังเขาจะเกิดความด้านชา

เมื่อเขาฟังพระคำเขาจะคิดว่า “ผมรู้แล้ว” หรือเขาจะเชื่อฟังเฉพาะสิ่งที่เป็นประโยชน์กับตนหรือสิ่งที่ตรงกับความคิดของเขา เขาตัดสินและกล่าวประณามคนอื่นด้วยพระคำที่เขารู้

ด้วยเหตุนี้ เพื่อจะเป็นคนที่รู้สึกบกพร่องฝ่ายวิญญาณเราต้องค้นหาความชั่วร้ายในเราโดยพระคำของพระเจ้าก่อนเป็นอันดับแรก กำจัดความชั่วร้ายนั้นทิ้งไปด้วยการอธิษฐานอย่างร้อนรนและเป็นเหมือนเด็กเล็ก ๆ ฝ่ายวิญญาณ เราจะชื่นชมกับพระพรทั้งสิ้นที่พระเจ้าทรงจัดเตรียมไว้เพื่อเราได้ก็ต่อเมื่อเรากระทำสิ่งเหล่านี้เท่านั้น

พระพรของการได้แผ่นดินสวรรค์

คนที่รู้สึกบกพร่องฝ่ายวิญญาณจะได้รับพระพรชนิดใดเป็นพิเศษ มัทธิว 5:3 กล่าวว่า “ผู้ใดรู้สึกบกพร่องฝ่ายวิญญาณผู้นั้นเป็นสุข เพราะแผ่นดินสวรรค์เป็นของเขา” พระคัมภีร์กล่าว

ว่าคนเหล่านี้จะได้รับพระพรนิรันดร์ที่แท้จริงซึ่งได้แก่แผ่นดินสวรรค์

แผ่นดินสวรรค์คือที่อยู่ของบรรดาบุตรของพระเจ้า สวรรค์เป็นสถานที่ฝ่ายวิญญาณซึ่งโลกนี้ไม่สามารถเทียบได้ พ่อแม่รอคอยการบังเกิดของลูกและจัดเตรียมเครื่องเล่นและของใช้ต่าง ๆ ไว้ให้ลูกของตนฉันใด พระเจ้าก็ทรงกำลังจัดเตรียมแผ่นดินสวรรค์ไว้ให้กับผู้คนที่รู้สึกบกพร่องฝ่ายวิญญาณที่จะเปิดจิตใจของตนและรับเอาพระกิตติคุณเพื่อเป็นบุตรของพระองค์ด้วยฉันนั้น พระเยซูตรัสไว้ในยอห์น 14:2 ว่า "ในพระนิเวศของพระบิดาเรามีที่อยู่เป็นอันมาก ถ้าไม่มีเราคงได้บอกท่านแล้ว เพราะเราไปจัดเตรียมที่ไว้สำหรับท่านทั้งหลาย" เราจะเห็นว่าในแผ่นดินสวรรค์มีที่อยู่มากมาย ที่อยู่อาศัยของเราในสวรรค์จะแตกต่างกันโดยขึ้นอยู่กับว่าเรารักพระเจ้ามากแค่ไหนและดำเนินชีวิตตามพระคำของพระองค์เพื่อรักษาความเชื่อของเราเอาไว้มากเพียงใด

ถ้าคนหนึ่งรู้สึกบกพร่องฝ่ายวิญญาณ แต่เขากลับหยุดชะงักอยู่แค่การต้อนรับเอาพระเยซูคริสต์และได้รับความรอด คนเหล่านี้จะอาศัยอยู่ในเมืองบรมสุขเกษมตลอดไป แต่ถ้าเขาก้าวต่อไปในการดำเนินชีวิตในพระคริสต์และเปลี่ยนแปลงตนเองตามพระคำของพระเจ้า เขาก็จะอาศัยอยู่ในสวรรค์ชั้นที่หนึ่ง ชั้นที่สอง และชั้นที่สามตามลำดับ นอกจากนี้ ถ้าจิตใจของเราได้รับการชำระให้บริสุทธิ์อย่างสมบูรณ์และสัตย์ซื่อต่อสิ่งสารพัดในชุมชนของพระเจ้า เขาก็จะอาศัยอยู่ในนครเยรูซาเล็มใหม่ซึ่งเป็นที่อยู่อาศัยที่งดงามที่สุดตลอดไป

ท่านสามารถศึกษาเกี่ยวกับที่อยู่อาศัยและชีวิตที่มีความสุขในแผ่นดินสวรรค์จากหนังสือเรื่อง "สวรรค์ 1" และ "สวรรค์ 2" ณ จุดนี้ผมขอแนะนำให้ท่านรู้จักนครเยรูซาเล็มสักเล็กน้อย

เราจะได้ยินเสียงเพลงสรรเสริญจากทูตสวรรค์ดังเล็ดลอดออกมาจากนครเยรูซาเล็มใหม่ซึ่งสว่างไสวไปด้วยพระสิริของพระเจ้า ถนนและบ้านเรือนในแผ่นดินสวรรค์ถูกสร้างด้วยทองคำและเพชรนิลจินดานานาชนิดพร้อมกับส่องแสงสว่างสุกใสออกมา แผ่นดินสวรรค์เต็มไปด้วยดอกไม้อันงดงาม ทุ่งหญ้า และต้นไม้ที่เขียวขจีซึ่งผสมกลมกลืนกันอย่างสมบูรณ์

แม่น้ำที่มีน้ำแห่งชีวิตซึ่งใสเหมือนแก้วกำลังไหลไปอย่างสงบเงียบ ริมฝั่งแม่น้ำทั้งฝากคลาคล่ำไปด้วยเม็ดทรายทองคำ ตะกร้าผลไม้นานาชนิดจากต้นไม้แห่งชีวิตวางอยู่บนชายหาดทองคำ ไกลออกไปคือท้องทะเลที่สดใสเหมือนแก้ว เรือเดินสมุทรที่สร้างจากเพชรพลอยนานาชนิดขนาดใหญ่และหรูหรากำลังล่องลอยอยู่บนท้องทะเล

ผู้คนที่อาศัยอยู่ในนครแห่งนี้จะได้รับการปรนนิบัติจากทูตสวรรค์จำนวนมาก คนเหล่านี้มีสิทธิอำนาจเหมือนกษัตริย์ เขาสามารถล่องลอยขึ้นไปในท้องฟ้าด้วยยานพาหนะที่มีลักษณะเหมือนก้อนเมฆอันงดงาม คนเหล่านี้มองเห็นองค์พระผู้เป็นเจ้าอย่างใกล้ชิดและมีความสุขกับงานเลี้ยงในสวรรค์พร้อมกับบรรดาผู้เผยพระวจนะที่มีชื่อเสียง

นอกจากนั้นในนครเยรูซาเล็มใหม่ยังอุดมไปด้วยสิ่งที่มีคุณค่าและงดงามจำนวนมหาศาลซึ่งไม่มีวันพบได้ในโลกนี้ แต่ละมุมของนครแห่งนี้มีทิวทัศน์อันงดงามและน่าหลงใหล

ด้วยเหตุนี้ เราไม่ควรหยุดชะงักอยู่แค่การได้รับความรอด แต่เราควรรู้สึกบกพร่องฝ่ายวิญญาณมากขึ้นและเปลี่ยนแปลงตนเองอย่างสมบูรณ์ด้วยพระคำเพื่อเราจะเข้าสู่นครเยรูซาเล็มใหม่ซึ่งเป็นที่อยู่อาศัยที่งดงามที่สุดในสวรรค์

ความใกล้ชิดกับพระเจ้าคือพระพรของเรา

เมื่อเรารู้สึกบกพร่องฝ่ายวิญญาณเราจะไม่เพียงได้พบพระเจ้าและได้รับความรอดเท่านั้น แต่เราจะได้รับสิทธิอำนาจของการเป็นบุตรของพระเจ้าและพระพรอื่น ๆ ด้วยเช่นกัน ผมขอแบ่งปันคำพยานของผู้ปกครองในคริสตจักรคนหนึ่ง ผู้ปกครองคนนี้ทนป่วยเป็นโรคที่เกิดจากมลพิษ แต่เขาได้รับพระพรของการเป็นคนที่รู้สึกบกพร่องฝ่ายวิญญาณ

เมื่อประมาณ 10 ปีก่อนเขาต้องหยุดพักจากการทำงานเนื่องจากโรคนี้ หลายครั้งเขาอยากจบชีวิตของตนเองเพราะเขารู้สึกช่วยตนเองไม่ได้ เนื่องจากเขามองไม่เห็นความหวังและไม่รู้ว่าตัวเขาจะทำอะไรได้ เขาจึงรู้สึกบกพร่องฝ่ายวิญญาณ

ในช่วงเวลานั้นชายคนนี้ไปที่ร้านขายหนังสือแห่งหนึ่งและมองเห็นหนังสือเล่มหนึ่งโดยบังเอิญ หนังสือเล่มนั้นชื่อ “ลิ้มรสชีวิตนิรันดร์ก่อนตาย” หนังสือเล่มนี้เป็นคำพยานและบันทึกส่วนตัวของผม ผมเคยเป็นคนที่ไม่เชื่อในพระเจ้าและวนเวียนอยู่ใกล้กับความตายอยู่เป็นเวลาถึง 7 ปีเนื่องจากโรคร้ายนานาชนิดที่ไม่มีทางรักษาให้หายได้ด้วยวิธีการของมนุษย์ แต่พระเจ้าเสด็จมาพบกับผม

ชายคนนั้นรู้สึกว่าชีวิตของผมคล้ายคลึงกับชีวิตของเขามาก เขารู้สึกว่าเขาถูกผลักดันด้วยพลังบางอย่างเพื่อให้ซื้อหนังสือเล่มนั้น เขาอ่านหนังสือเล่มนั้นทั้งคืนและหลั่งน้ำตาไปด้วยหลายครั้ง เขาแน่ใจว่าเขาสามารถหายจากโรคนี้ได้เช่นกันและได้สมัครเป็นสมาชิกของคริสตจักร

จากนั้นเขาก็ได้รับการรักษาให้หายจากโรคพิเศษนี้ด้วยฤทธิ์อำนาจของพระเจ้าและเขาสามารถกลับไปทำงานอีกครั้งหนึ่ง เขา

ได้รับคำยกย่องชมเชยทั้งจากเพื่อนร่วมงานและผู้บังคับบัญชาของตน เขาได้รับพระพรของการเลื่อนตำแหน่ง เขาได้ประกาศข่าวประเสริฐกับญาติพี่น้องของเขามากกว่า 70 คน รางวัลในสวรรค์ของเขาจะยิ่งใหญ่มากทีเดียว

สดุดี 73:28 กล่าวว่า "แต่ส่วนข้าพระองค์ที่จะเข้าใกล้พระเจ้านั้นดี เพื่อข้าพระองค์จะได้เล่าถึงพระราชกิจทั้งสิ้นของพระองค์"

ถ้าเราได้รับพระพรประการแรกในบรรดาพระพร 8 ประการของผู้ที่เป็นสุขด้วยการได้อยู่ใกล้กับพระเจ้า เราควรเป็นเหมือนเด็กเล็ก ๆ ในฝ่ายวิญญาณมากขึ้น รักพระเจ้าเพิ่มขึ้น และประกาศพระกิตติคุณกับผู้คนที่รู้สึกบกพร่องฝ่ายวิญญาณ ผมหวังว่าท่านจะมีลักษณะของผู้เป็นสุขและพระพรต่าง ๆ ที่พระเจ้าแห่งความรักได้ทรงจัดเตรียมไว้เพื่อท่าน

บทที่ 2

พระพรประการที่สอง

มัทธิว 5:4

"บุคคลผู้ใดโศกเศร้า ผู้นั้นเป็นสุข
เพราะเขาจะได้รับการทรงปลอบประโลม"

มีเพื่อนสองคนที่รักกันมาก เขารักและห่วงใยซึ่งกันและกันมากจนเขาสามารถสละชีวิตของตนเพื่อกันและกันได้ แต่อยู่มาวันหนึ่งเพื่อนคนหนึ่งเสียชีวิตในสงคราม คนที่มีชีวิตร้องไห้คร่ำครวญไว้ทุกข์ให้กับเพื่อนของเขาจนถึงเวลาเย็นด้วยความรู้สึกคิดเพื่อนที่ล่วงลับไป

"โอ พี่โยนาธาน ข้าพเจ้าเป็นทุกข์เพื่อท่าน ท่านเป็นที่ชื่นใจของข้าพเจ้ามาก ความรักของท่านที่มีต่อข้าพเจ้านั้นประหลาดเหลือยิ่งกว่าความรักของสตรี"

ชายคนนี้รับเอาลูกชายของเพื่อนผู้วายชนม์ของเขามาดูแลเหมือนลูกของตนเอง นี่เป็นเรื่องราวของดาวิดกับโยนาธานที่อธิบายไว้ใน 2 ซามูเอลบทที่ 1

ในขณะที่เรากำลังดำเนินชีวิตอยู่ในโลกนี้เราจะพบกับสิ่งที่น่าเศร้าหลายอย่าง เช่น การเสียชีวิตของคนที่เรารัก ความทุกข์จากโรคภัย ปัญหาในชีวิต ปัญหาการเงิน และเรื่องอื่น ๆ อีกมากมาย ดังนั้นจึงไม่ใช่เป็นการพูดเกินจริงที่จะกล่าวว่าชีวิตคือการสานต่อความโศกเศร้า

ความโศกเศร้าฝ่ายเนื้อหนังไม่ใช่น้ำพระทัยของพระเจ้า

ในประวัติศาสตร์ของมนุษย์เราพบกับสงคราม การก่อการร้าย การกันดารอาหาร และภัยพิบัติอย่างอื่นอีกมากมายซึ่งเกิดขึ้นกับแต่ละประเทศ นอกจากนั้นยังมีปัญหาและเรื่องน่าเศร้าอีกหลายอย่างที่เกิดขึ้นกับแต่ละบุคคล

บางคนเศร้าเพราะปัญหาทางด้านการเงินและบางคนเศร้าเพราะปัญหาเรื่องโรคภัยไข้เจ็บ บางคนหัวใจสลายเพราะแผนการของตนไม่บรรลุผลสำเร็จและบางคนหลั่งน้ำตาด้วยความโศกเศร้าจาก

การถูกคนที่ตนรักทรยศหักหลัง

ความโศกเศร้าที่มีเหตุมาจากเรื่องน่าเศร้าต่าง ๆ ในลักษณะนี้คือความโศกเศร้าฝ่ายเนื้อหนัง สิ่งนี้เกิดจากอารมณ์ที่ชั่วร้ายของบุคคล สิ่งนี้ไม่ใช่น้ำพระทัยของพระเจ้า ความโศกเศร้าฝ่ายเนื้อหนังแบบนี้จะไม่ได้รับการทรงปลอบประโลมจากพระเจ้า

ตรงกันข้าม พระคัมภีร์บอกเราว่าพระเจ้าทรงมีน้ำพระทัยให้เราชื่นบานอยู่เสมอ (1 เธสะโลนิกา 5:16) พระเจ้าตรัสกับเราเช่นกันในฟีลิปปี 4:4 ว่า "จงชื่นชมยินดีในองค์พระผู้เป็นเจ้าทุกเวลา ข้าพเจ้าขอย้ำอีกครั้งว่าจงชื่นชมยินดีเถิด" พระคัมภีร์หลายข้อบอกให้เราชื่นชมยินดี

บางคนอาจสงสัยโดยคิดว่า "ผมจะชื่นชมยินดีได้ก็ต่อเมื่อผมมีสิ่งที่จะทำให้ชื่นชมยินดีเท่านั้น แต่ในขณะที่ผมกำลังทนทุกข์จากปัญหา ความเจ็บปวด และความยากลำบากมากมายเช่นนี้ผมจะชื่นชมยินดีได้อย่างไร"

แต่เราสามารถชื่นชมยินดีและขอบพระคุณเพราะเราเป็นบุตรของพระเจ้าผู้ได้ทรงช่วยเราให้รอดและเราได้รับพระสัญญาแห่งแผ่นดินสวรรค์แล้ว นอกจากนั้น ในฐานะบุตร เมื่อเราขอทูลจากพระเจ้า พระองค์จะทรงฟังและทรงแก้ปัญหาให้กับเรา เนื่องจากเราเชื่อในความจริงข้อนี้เราจึงสามารถชื่นชมยินดีและขอบพระคุณ

ศจ.เมียง-โฮ ชอง (มิชชันนารีจากคริสตจักรของเรา) ประกาศพระกิตติคุณอยู่ใน 54 ประเทศในทวีปอัฟริกา เมื่อสิบปีที่แล้วท่านลาออกจากการเป็นอาจารย์สอนในวิทยาลัยและเดินทางไปเป็นมิชชันนารีที่อัฟริกา ไม่นานลูกชายของก็เสียชีวิต

สมาชิกคริสตจักรหลายคนปลอบโยนท่าน แต่ท่านกลับขอบพระคุณพระเจ้าและปลอบโยนสมาชิกเหล่านั้นแทน ท่านขอบคุณพระ

เจ้าเพราะพระเจ้าทรงรับเอาลูกชายของท่านไปสวรรค์ที่ซึ่งไม่มีน้ำตา ความโศกเศร้า ความเจ็บปวด หรือโรคภัยไข้เจ็บ เพราะท่านมีความหวังที่จะพบกับลูกชายของตนอีกครั้งหนึ่งในสวรรค์ ดังนั้นท่านจึงชื่นชมยินดี

เช่นเดียวกัน ถ้าเรามีความเชื่อเราก็จะไม่มีความโศกเศร้าฝ่ายเนื้อหนังและสามารถเอาชนะอารมณ์โศกเศร้าเพราะบางสิ่งบางอย่างที่น่าเสียใจ เราจะชื่นชมยินดีในทุกสถานการณ์

แม้เราจะพบกับปัญหาบางอย่าง ถ้าเราขอบพระคุณและอธิษฐานด้วยความเชื่อ พระเจ้าจะทรงกระทำการเพราะเห็นแก่ความเชื่อของเรา พระองค์จะทำให้เราเกิดผลอันดีในทุกสิ่ง ดังนั้นเราจึงเป็นบุตรที่แท้จริงของพระเจ้าและสถานการณ์ที่ทุกข์โศกจึงไม่มีผลต่อเรา

พระเจ้าทรงปรารถนาความโศกเศร้าฝ่ายวิญญาณ

พระเจ้าทรงปรารถนาความโศกเศร้าฝ่ายวิญญาณไม่ใช่ความโศกเศร้าฝ่ายเนื้อหนัง มัทธิว 5:4 กล่าวว่า "บุคคลผู้ใดโศกเศร้าผู้นั้นเป็นสุข" คำว่า "โศกเศร้า" ในที่นี้หมายถึงความโศกเศร้าฝ่ายวิญญาณเพื่อแผ่นดินและความชอบธรรมของพระเจ้า ความโศกเศร้าฝ่ายวิญญาณมีกี่ประเภท

ประการแรก ความโศกเศร้าในเรื่องการกลับใจใหม่

เมื่อเราเชื่อในพระเยซูคริสต์และต้อนรับเอาพระองค์เป็นพระผู้ช่วยให้รอดเรารู้ในจิตใจของเราว่าพระองค์ทรงสิ้นพระชนม์บนไม้กางเขนเพื่อเราด้วยความช่วยเหลือของพระวิญญาณบริสุทธิ์

เมื่อเราสัมผัสถึงความรักของพระเยซูเราจะมีความโศกเศร้าในเรื่องการกลับใจใหม่ด้วยการร้องไห้กลับใจจากบาปของเรา

การกลับใจคือการหันกลับจากการมีชีวิตอยู่ในบาปในสมัยที่เราไม่รู้จักกับพระเจ้าและดำเนินชีวิตด้วยพระคำของพระเจ้า เมื่อเรามีความโศกเศร้าในเรื่องการกลับใจ ภาระหนักในเรื่องความบาปของเราจะถูกยกออกไปและเราจะมีประสบการณ์กับความชื่นชมยินดีที่หลั่งไหลมาจากจิตใจของเรา

แม้เวลาจะผ่านมามากกว่า 30 ปีแต่ผมก็ยังจดจำการประชุมฟื้นฟูครั้งแรกที่ผมเข้าร่วมหลังจากที่ผมได้พบกับพระเจ้า ในการประชุมครั้งนั้นผมมีความโศกเศร้าในเรื่องการกลับใจพร้อมกับร้องไห้หลั่งน้ำหลังจากได้ยินพระคำของพระเจ้า

ก่อนที่ผมพบกับพระเจ้าผมเคยภาคภูมิใจในตัวเองที่ผมมีชีวิตที่ดีและชอบธรรม แต่หลังจากฟังพระคำของพระเจ้าและมองย้อนกลับไปดูชีวิตเก่าของตนเองผมพบว่ามีความเท็จหลายอย่างในชีวิตของผม เมื่อผมฉีกหัวใจออกในการกลับใจ ผมรู้สึกตัวเบาและรู้สึกสดชื่นเหมือนกำลังโบยบินอยู่ในท้องฟ้า ผมมีความมั่นใจว่าผมสามารถดำเนินชีวิตตามพระคำของพระเจ้า จากเวลานั้นเป็นต้นมาผมเลิกสูบบุหรี่ และเลิกดื่มเหล้าพร้อมกับเริ่มต้นอ่านพระคัมภีร์และเข้าร่วมในการประชุมอธิษฐานรับอรุณ

หลังจากได้รับพระคุณแห่งความโศกเศร้าในเรื่องการกลับใจนี้เราอาจมีสิ่งที่น่าเศร้าหลายอย่างในการดำเนินชีวิตคริสเตียน เมื่อเราเป็นบุตรของพระเจ้าเราต้องละทิ้งความบาปและดำเนินชีวิตตามพระคำของพระเจ้า แต่เรายังไม่สมบูรณ์แบบและทำบาปในบางครั้งจนกว่าเราจะบรรลุถึงความไพบูลย์ในความเชื่อ

ในสถานการณ์เช่นนี้ ถ้าเรารักพระเจ้าเราจะรู้สึกเสียใจต่อพระพักตร์พระเจ้าและอธิษฐานกลับใจอย่างแท้จริงว่า "ข้าแต่พระเจ้า

โปรดช่วยข้าพระองค์เพื่อว่าสิ่งนี้จะไม่เกิดขึ้นอีก ขอประทานกำลังให้ข้าพระองค์สามารถประพฤติตามพระคำของพระองค์" เมื่อเรามีความโศกเศร้าเช่นนี้ เราจะมีกำลังเพื่อละทิ้งความบาปที่มาจากเบื้องบน การโศกเศร้าเช่นนี้จึงเป็นพระพรอันยิ่งใหญ่มาก

ผู้เชื่อบางคนทำบาปอย่างเดิมซ้ำแล้วซ้ำอีก สาเหตุเกิดจากการเปลี่ยนแปลงที่เชื่องช้าหรือไม่ก็เพราะไม่มีการเปลี่ยนแปลงเกิดขึ้น คนเหล่านี้ไม่ได้กลับใจจากส่วนลึกแห่งจิตใจของตนอย่างแท้จริงแม้เขาจะพูดว่าเขามีความโศกเศร้าในเรื่องการกลับใจ

สมมุติว่าเด็กหนุ่มคนหนึ่งคบเพื่อนไม่ดีและทำสิ่งที่ชั่วร้ายหลายอย่าง เขาขอโทษพ่อแม่ของตน แต่เขาก็ยังทำสิ่งเดิม ๆ ซ้ำแล้วซ้ำอีก สิ่งนี้ไม่ใช่การกลับใจที่แท้จริง เขาต้องหันหลังกลับ หยุดคบเพื่อนไม่ดี และเรียนให้หนัก การกระทำเช่นนี้คือการกลับใจที่แท้จริง

เช่นเดียวกัน เราไม่ควรทำบาปอย่างเดิมซ้ำแล้วซ้ำอีกและกลับใจเพียงแค่คำพูด แต่เราต้องสำแดงผลของการกลับใจด้วยการกระทำที่ถูกต้อง (ลูกา 3:8)

นอกจากนี้ เมื่อความเชื่อของเราเติบโตขึ้นและเรากลายเป็นผู้นำในคริสตจักร เราไม่ควรมีความโศกเศร้าในเรื่องการกลับใจอีก แต่ไม่ได้หมายความว่าเราไม่ควรโศกเศร้าเมื่อเราทำบาป แต่หมายความว่าเราต้องกำจัดบาปทิ้งไปเพื่อเราจะไม่โศกเศร้าในเรื่องใดอีก

เมื่อเราไม่ได้ทำหน้าที่ของตนเราก็โศกเศร้าในเรื่องการกลับใจ 1 โครินธ์ 4:2 กล่าวว่า "ฝ่ายผู้อารักขาเหล่านั้นต้องเป็นคนที่ไว้วางใจได้ทุกคน" ดังนั้นเราต้องเป็นคนที่สัตย์ซื่อและสำแดงผลที่ดีในการทำหน้าที่ของเรา ไม่เช่นนั้นเราต้องมีความโศกเศร้าในเรื่องการกลับใจ

สิ่งสำคัญอีกอย่างหนึ่ง ณ จุดนี้ก็คือถ้าเราไม่กลับใจและไม่หันหลังกลับเมื่อเราไม่ได้ทำหน้าที่ของตน สิ่งนี้จะกลายเป็นกำแพงบาปต่อสู้พระเจ้า ในที่สุดเราจะไม่ได้รับการปกป้องจากพระเจ้า การกระทำเช่นนี้เป็นเหมือนเด็กโตที่ทำตัวเหมือนเด็กทารกและต้องถูกดุด่าตลอดเวลา

แต่ถ้าเรากลับใจและโศกเศร้าจากส่วนลึกแห่งจิตใจของเรา ความสงบสุขและความชื่นชมยินดีจากพระเจ้าจะลงมาเหนือเรา พระเจ้าให้ความมั่นใจกับเราด้วยเช่นกันว่าเราทำได้ พระองค์ประทานกำลังแก่เราเพื่อให้เราสามารถทำหน้าที่ของตน นี่คือการปลอบประโลมที่พระเจ้าประทานให้กับคนที่โศกเศร้า

ประการที่สอง ความโศกเศร้าให้กับพี่น้องในความเชื่อ

บางครั้ง พี่น้องในความเชื่อทำบาปและมุ่งหน้าไปสู่ความตาย ในกรณีนี้ ถ้าเรามีความเมตตาเราก็จะมีความกังวลและเป็นห่วงพี่น้องเหล่านั้น ดังนั้นเราจะโศกเศร้าเสมือนหนึ่งว่าเรื่องนั้นเป็นปัญหาของเราเอง เราจะกลับใจแทนคนเหล่านั้นและอธิษฐานเผื่อเขาด้วยความรักเพื่อเขาจะประพฤติตามความจริง

เราจะมีความโศกเศร้าประเภทนี้และการอธิษฐานหลั่งน้ำตาแทนคนเหล่านั้นได้ก็ต่อเมื่อเรามีความรักที่แท้จริงต่อดวงวิญญาณของเขาเท่านั้น พระเจ้าทรงปลื้มปีติยินดีกับคำอธิษฐานด้วยความโศกเศร้าประเภทนี้และจะประทานการปลอบประโลมให้กับเรา

แต่มีหลายคนที่พิพากษาและกล่าวประณามคนอื่นพร้อมกับสร้างปัญหาให้กับคนอื่นแทนที่จะโศกเศร้าและอธิษฐานเผื่อเขา นอกจากนั้น ยังมีหลายคนที่ชอบแพร่งพรายความผิดของคนอื่น การกระทำเช่นนี้ไม่ใช่สิ่งที่ถูกต้องในสายพระเนตรของพระเจ้า

เราต้องปกปิดความผิดของคนอื่นด้วยความรักและอธิษฐานเพื่อไม่ให้เขาทำบาป

เรื่องราวการสังหารสเทเฟนถูกบันทึกไว้ในกิจการบทที่ 7 พวกยิวไม่พอใจกับคำเทศนาของสเทเฟน เมื่อท่านพูดว่าตาฝ่ายวิญญาณของท่านเปิดออกและท่านมองเห็นองค์พระผู้เป็นเจ้าประทับอยู่เบื้องขวาพระหัตถ์ของพระเจ้า คนเหล่านั้นจึงเอาหินขว้างท่านจนเสียชีวิต

แม้ในขณะที่ท่านกำลังถูกหินขว้าง สเทเฟนยังคงอธิษฐานด้วยความรักเผื่อคนชั่วร้ายที่กำลังเอาหินขว้างท่าน

"เขาจึงเอาหินขว้างสเทเฟน เมื่อกำลังอ้อนวอนองค์พระผู้เป็นเจ้าอยู่ว่า 'ข้าแต่พระเยซูเจ้า ขอทรงโปรดรับจิตวิญญาณของข้าพระองค์ด้วย' สเทเฟนก็คุกเข่าลงร้องเสียงดังว่า 'ข้าแต่องค์พระผู้เป็นเจ้า ขอโปรดอย่าทรงถือโทษเขาเพราะบาปนี้' เมื่อกล่าวเช่นนี้แล้วก็ล่วงหลับไป" (กิจการ 7:59-60)

พระเยซูทรงกระทำเช่นใด พระองค์ทรงถูกดูหมิ่นและถูกข่มเหงเมื่อพระองค์ทรงถูกตรึงบนกางเขน ถึงกระนั้นพระเยซูก็ทรงอธิษฐานเผื่อคนที่กำลังตรึงพระองค์ตรัสว่า "โอ พระบิดาเจ้าข้า ขอโปรดอภัยโทษเขาเพราะว่าเขาไม่รู้ว่าเขาทำอะไร" (ลูกา 23:34)

ในขณะที่แบกรับเอาความเจ็บปวดบนกางเขนและแม้ว่าพระองค์จะไร้ความผิด พระเยซูก็ยังทรงอธิษฐานขอการยกโทษบาปให้กับคนที่กำลังตรึงพระองค์ สิ่งนี้ทำให้เรารู้ว่าความรักของพระเยซูที่มีต่อดวงวิญญาณนั้นลึกและกว้างเพียงใด นี่คือจิตใจที่ถูกต้องในสายพระเนตรของพระเจ้าและเป็นจิตใจที่จะทำให้เราได้รับพระพร

นอกจากนั้นยังมีความโศกเศร้าเพื่อจะช่วยดวงวิญญาณจำนวนมากให้รอดด้วยเช่นกัน

เมื่อบุตรของพระเจ้าเห็นผู้คนที่กำลังเปรอะเปื้อนไปด้วยความบาปของโลกนี้ และมุ่งหน้าสู่หนทางแห่งความพินาศ เขาจะมีความเมตตาต่อคนเหล่านั้น ปัจจุบันความชั่วและความบาปกำลังทวีมากขึ้นเหมือนในสมัยของโนอาห์ คนในยุคนั้นถูกลงโทษด้วยเหตุการณ์น้ำท่วม เมืองโสโดมและเมืองโกโมราห์ถูกลงโทษด้วยไฟ

ด้วยเหตุนี้ เราควรมีความโศกเศร้าสำหรับพ่อแม่ พี่น้อง ญาติมิตร และเพื่อนบ้านของเราที่ยังไม่ได้รับความรอด เราควรมีความโศกเศร้าเพื่อประเทศชาติ ประชาชน คริสตจักร และสิ่งต่าง ๆ ที่รบกวนแผ่นดินของพระเจ้าด้วยเช่นกัน นั่นหมายความว่าเราควรมีความโศกเศร้าเพื่อช่วยดวงวิญญาณให้รอด

อัครทูตเปาโลเป็นห่วงและโศกเศร้าเพื่อแผ่นดินและความชอบธรรมของพระเจ้าและดวงวิญญาณอยู่เสมอ ท่านถูกข่มเหงและพบกับความยากลำบากมากมายในการประกาศพระกิตติคุณ ท่านถูกจำคุก แต่ท่านไม่เคยโศกเศร้าให้กับความทุกข์ยากของท่าน ท่านได้แต่สรรเสริญพระเจ้าและอธิษฐานต่อพระองค์ (กิจการ 16:25) แต่ท่านโศกเศร้าในเรื่องแผ่นดินของพระเจ้าและดวงวิญญาณอย่างมาก

"และนอกจากนั้นยังมีการอื่นที่บีบข้าพเจ้าอยู่ทุกวัน ๆ คือความกระวนกระวายถึงคริสตจักรทั้งปวง มีใครบ้างเป็นคนอ่อนกำลังและข้าพเจ้าไม่อ่อนกำลังด้วย มีใครบ้างที่ถูกนำให้สะดุดและข้าพเจ้าไม่เป็นทุกข์เป็นร้อนด้วย" (2 โครินธ์ 11:28-29)

"เหตุฉะนั้น จงตื่นตัวอยู่และจำไว้ว่าข้าพเจ้าได้สั่งสอนเตือนสติท่านทุกคนด้วยน้ำตาไหลทั้งกลางวันกลางคืนตลอดสามปีมิได้หยุดหย่อน" (กิจการ 20:31)

เมื่อผู้เชื่อไม่ยึดมั่นอยู่ในพระคำของพระเจ้าหรือเมื่อคริสต

จักรไม่ได้แสดงสง่าราศีของพระเจ้า บุคคลอย่างเปาโลจะโศกเศร้าและมีความกระวนกระวายเพื่อสิ่งเหล่านั้น

เมื่อผู้เชื่อถูกข่มเห็นแก่พระนามของพระเจ้าเขาไม่ได้โศกเศร้าเพราะความยากลำบากที่เขาได้รับ แต่เขาโศกเศร้าเพราะเห็นแก่ดวงวิญญาณของผู้คน นอกจากนี้ เมื่อคนเหล่านี้เห็นความมืดมากขึ้นเรื่อย ๆ ในโลกนี้เขาจะโศกเศร้าและอธิษฐานเพื่อให้พระสิริของพระเจ้าปรากฏชัดมากขึ้นเพื่อดวงวิญญาณจำนวนมากจะได้รับความรอด

ความจำเป็นของความรักและการโศกเศร้าฝ่ายวิญญาณ

เราควรทำสิ่งใดเพื่อจะโศกเศร้าฝ่ายวิญญาณซึ่งเป็นเป็นสิ่งที่พระเจ้าต้องการ เพื่อให้มีความโศกเศร้าฝ่ายวิญญาณเราต้องมีความรักฝ่ายวิญญาณอยู่ในเรา

ยอห์น 6:63 กล่าวว่า “จิตวิญญาณเป็นที่ให้ชีวิต ส่วนเนื้อหนังไม่มีประโยชน์อันใด” ความรักที่พระเจ้าทรงยอมรับเท่านั้นที่จะให้ชีวิตและสามารถนำผู้คนไปสู่หนทางแห่งความรอด แม้คนหนึ่งดูจะมีความรักมากมาย แต่ถ้าความรักของเขาอยู่ห่างไกลจากความจริง ความรักนั้นก็เป็นเพียงความรักฝ่ายเนื้อหนัง

ความรักอาจถูกจำแนกออกเป็นความรักฝ่ายเนื้อหนังและความรักฝ่ายวิญญาณ ความรักฝ่ายเนื้อหนังคือความรักแสวงหาผลประโยชน์ของตน ไร้ความหมาย แปรเปลี่ยน และเสื่อมสูญไปในที่สุด แต่ความรักฝ่ายวิญญาณไม่เคยเปลี่ยนแปลง นี่เป็นความรักที่อยู่ในพระคำของพระเจ้าซึ่งเป็นความจริง นี่เป็นความรักแท้ที่แสวงหาผลประโยชน์ของคนอื่นด้วยการเสียสละตัวเอง

มนุษย์ไม่สามารถมีความรักฝ่ายวิญญาณด้วยกำลังของตนเองได้ เราจะให้ความรักฝ่ายวิญญาณนี้ได้ก็ต่อเมื่อเรารู้จักความรักของพระเจ้าและอยู่ในความจริงเท่านั้น ถ้าเรามีความรักฝ่ายวิญญาณซึ่งเป็นความรักที่รักได้แม้กระทั่งศัตรูและเสียสละชีวิตของเราเพื่อเขา พระเจ้าจะทรงประทานพระพรอย่างบริบูรณ์ให้กับเรา ด้วยความรักนี้เราสามารถสละชีวิตของตนไม่ว่าเราจะไปที่ไหนก็ตามและผู้คนจำนวนมากจะหันกลับมาหาองค์พระผู้เป็นเจ้า

ด้วยเหตุนี้ เมื่อเรามีความรักฝ่ายวิญญาณในจิตใจของเราเราก็มีความโศกเศร้าต่อดวงวิญญาณที่กำลังพินาศและอธิษฐานเผื่อคนเหล่านั้น ด้วยความรักนี้ ผู้คนที่มีจิตใจแข็งกระด้างก็จะได้รับการเปลี่ยนแปลงและความรักสามารถให้ชีวิตและความเชื่อกับผู้คนได้

เหล่าบิดาแห่งความเชื่อซึ่งเป็นผู้คนที่พระเจ้าทรงรักล้วนมีความรักฝ่ายวิญญาณนี้ทั้งสิ้นและอธิษฐานเผื่อดวงวิญญาณที่กำลังมุ่งหน้าไปสู่หนทางแห่งความพินาศ คนเหล่านี้อธิษฐานด้วยน้ำตาและความโศกเศร้าเพื่อแผ่นดินและความชอบธรรมของพระเจ้า บิดาแห่งความเชื่อไม่เพียงแค่หลั่งน้ำตาเท่านั้น แต่คนเหล่านั้นดูแลดวงวิญญาณทั้งกลางวันและกลางคืนด้วยความสัตย์ซื่อต่อหน้าที่ซึ่งตนได้รับมอบหมายด้วยเช่นกัน

การโศกเศร้าจะเป็นการโศกเศร้าฝ่ายวิญญาณก็ต่อเมื่อการโศกเศร้านั้นติดตามมาด้วยการประกาศพระคำ การอธิษฐาน และการดูแลดวงวิญญาณด้วยความรักที่มีต่อเขา ถ้าเรามีความรักฝ่ายวิญญาณเราก็จะมีการโศกเศร้าฝ่ายวิญญาณเพื่อเห็นแก่แผ่นดินและความชอบธรรมของพระเจ้า

จากนั้นจิตใจและวิญญาณจิตจะเปลี่ยนแปลง แผ่นดินของพระเจ้าจะสำเร็จ และพระเจ้าจะทรงจัดเตรียมสิ่งที่จ

ำเป็นอย่างอื่นให้เหมือนที่กล่าวไว้ในมัทธิว 6:33 ว่า “จงแสวงหาแผ่นดินของพระเจ้าและความชอบธรรมของพระองค์ก่อน แล้วพระองค์จะทรงเพิ่มเติมสิ่งทั้งปวงเหล่านี้ให้”

พระพรที่ประทานให้กับผู้คนที่โศกเศร้า

มัทธิว 5:4 กล่าวว่า “บุคคลผู้ใดโศกเศร้า ผู้นั้นเป็นสุข เพราะว่าเขาจะได้รับการทรงปลอบประโลม” ถ้าเราโศกเศร้าฝ่ายวิญญาณ เราจะได้รับการปลอบประโลมจากพระเจ้า

การปลอบประโลมที่พระเจ้าประทานให้แตกต่างจากการปลอบโยนที่มาจากมนุษย์ 1 ยอห์น 3:18 กล่าวว่า “ลูกทั้งหลายเอ๋ย อย่าให้เรารักกันด้วยคำพูดและด้วยปากเท่านั้น แต่จงรักกันด้วยการกระทำและด้วยความจริง” พระเจ้าตรัสว่าพระองค์ไม่ได้ทรงรักเราด้วยถ้อยคำเพียงอย่างเดียวแต่พระองค์ทรงรักเราด้วยวัตถุสิ่งของด้วยเช่นกัน

พระเจ้าประทานพระพรด้านการเงินให้กับผู้คนที่ขัดสน พระเจ้าทรงมอบสุขภาพที่แข็งแรงให้กับผู้คนที่เจ็บป่วย พระเจ้าประทานคำตอบให้กับผู้คนที่อธิษฐานด้วยใจที่ปรารถนา

นอกจากนั้น พระเจ้าทรงให้กำลังกับผู้คนที่โศกเศร้าเนื่องจากเขาไม่มีกำลังที่จะทำหน้าที่ของตนให้สำเร็จ พระเจ้าประทานผลแห่งการประกาศและการฟื้นฟูให้กับคนที่มีความโศกเศร้าในเรื่องดวงวิญญาณ นอกจากนี้ พระเจ้าประทานพระคุณและการยกโทษบาปให้กับคนที่ฉีกหัวใจของตนและโศกเศร้าในเรื่องการกำจัดความบาปทิ้งไป ยิ่งคนเหล่านี้กำจัดบาปและได้รับการชำระให้บริสุทธิ์มากเท่าใดพระเจ้าก็จะประทานพระพรให้เขาสามารถสำแดงการทำงานด้วยฤทธิ์อำนาจของพระองค์มากขึ้นเท่านั้นเหมือนในกร

ณีของอัครทูตเปาโล

เมื่อหลายปีก่อน ผมพบกับความยากลำบากมากมายเมื่อการดำรงอยู่ของคริสตจักรแห่งนี้ถูกคุกคาม ผมต้องโศกเศร้าอย่างมาก เนื่องจากความทุกข์ลำบากที่ผู้คนยัดเยียดให้กับคริสตจักรแห่งนี้และเนื่องจากสมาชิกหลายคนถูกข่มเหงแม้คนเหล่านั้นไม่มีความผิด ผมกินไม่ได้นอนไม่หลับเมื่อสมาชิกที่มีความเชื่ออ่อนแอละทิ้งคริสตจักร

เพราะผมรู้ว่าการก่อกวนคริสตจักรของพระเจ้าเป็นบาปมหันต์เพียงใด ผมจึงหลั่งน้ำตาให้กับดวงวิญญาณเหล่านั้นที่ก่อปัญหาให้กับคริสตจักร โดยเฉพาะอย่างยิ่งเมื่อผมเห็นดวงวิญญาณที่ได้ยินข่าวลืออันเป็นเท็จ ละทิ้งคริสตจักร และต่อสู้กับพระเจ้า ผมต้องโศกเศร้าคร่ำครวญอย่างมากด้วยความรู้สึกว่าตนไม่ได้รับผิดชอบในการดูแลคนเหล่านั้นอย่างถูกต้อง

น้ำหนักตัวของผมลดลงอย่างมากและผมแทบเดินไม่ได้ แต่ผมยังคงเทศนาสัปดาห์ละสามครั้ง บางครั้งร่างกายของผมสั่นเทา แต่เพราะผมเป็นห่วงสมาชิกคริสตจักร ผมจึงต้องยืนอยู่กับที่ พระเจ้าทรงทอดพระเนตรเห็นจิตใจของผม เมื่อใดก็ตามที่ผมอธิษฐาน พระองค์จะทรงปลอบประโลมผมว่า "เรารักเจ้า สิ่งนี้คือพระพร"

พระพรของการได้รับการปลอบประโลมจากพระเจ้า

เมื่อถึงเวลาพระเจ้าทรงแก้ไขความเข้าใจผิดเหล่านั้นแต่ละข้อและสิ่งนั้นกลายเป็นโอกาสที่ทำให้สมาชิกคริสตจักรของเราเติบโตขึ้นในความเชื่อ พระเจ้าทรงเริ่มสำแดงการทำงานด้วยฤทธิ์อำนาจอันอัศจรรย์ของพระองค์ซึ่งไม่มีสิ่งใดก่อนหน้านี้เปรียบเ

เทียบได้ พระองค์ทรงสำแดงหมายสำคัญ การอัศจรรย์ และสิ่งที่ไม่ธรรมดาอีกมากมาย

พระองค์รักษาและช่วยกู้คริสตจักรให้รอดจากการล่มสลายและทรงประทานพระพรแห่งการฟื้นฟูให้กับคริสตจักรให้กับเรา พระองค์ทรงเปิดประตูไปสู่การทำพันธกิจโลกกว้างขวางมากขึ้นเช่นกัน เมื่อเราจัดการประกาศในต่างประเทศพระเจ้าทรงส่งผู้คนนับหมื่น นับแสน และนับล้านมาร่วมประชุมเพื่อฟังพระกิตติคุณและรับเอาความรอด สิ่งนั้นคือรางวัลและความชื่นชมยินดีอันยิ่งใหญ่

"เทศกาลแห่งการอธิษฐานรักษาโรคด้วยการอัศจรรย์ปี 2002 ที่อินเดีย" ถูกจัดขึ้นที่ชายหาดมารีน่าซึ่งเป็นชายหาดที่ยาวที่สุดในโลกในประเทศอินเดีย ผู้คนมากกว่า 3 ล้านคนเข้าร่วมในการประชุมครั้งนั้น หลายคนได้รับการรักษาให้หายจากโรคและกลับใจเป็นคริสเตียน

การปลอบประโลมของพระเจ้ามาในรูปของพระพรที่อยู่เหนือจินตนาการของเรา พระเจ้าประทานสิ่งที่เราต้องการมากที่สุดให้กับเราและทรงให้เรามากเกินพอ พระองค์ทรงมอบรางวัลให้กับเราในแผ่นดินสวรรค์ด้วยเช่นกัน ดังนั้นสิ่งนี้จึงเป็นพระพรที่แท้จริง

วิวรณ์ 21:4 กล่าวว่า "พระเจ้าจะทรงเช็ดน้ำตาทุก ๆ หยดจากตาของเขา ความตายจะไม่มีอีกต่อไป การคร่ำครวญ การร้องไห้ และการเจ็บปวดจะไม่มีอีกต่อไป เพราะยุคเดิมนั้นได้ผ่านพ้นไปแล้ว" พระคัมภีร์ข้อนี้กล่าวว่าพระเจ้าจะทรงตอบแทนเราด้วยสง่าราศีและรางวัลในแผ่นดินสวรรค์ซึ่งที่นั่นไม่มีน้ำตา ความโศกเศร้า และความเจ็บปวด

บ้านเรือนในสวรรค์ของคนที่โศกเศร้าและอธิษฐานเผื่อแผ่น

ดินของพระเจ้าและคริสตจักรของพระองค์อยู่เสมอจะเต็มไปด้วยทองคำ เพชรนิลจินดา และรางวัลอื่น ๆ อีกมากมาย บ้านเหล่านี้จะถูกประดับประดาไว้ด้วยไข่มุกขนาดเล็กและขนาดใหญ่นานาชนิด ก่อนที่ไข่มุกแต่ละเม็ดจะถูกสร้างขึ้นหอยนางรมต้องทนต่อความเจ็บปวดและการถูกก่อกวนเป็นเวลานานและจะหลั่งสารสีขาวออกมาซึ่งเป็นการเสียสละตนเองเพื่อทำให้เกิดไข่มุก

ในทำนองเดียวกัน ในขณะที่เราถูกฝัดร่อนอยู่บนโลกนี้ ถ้าเราหลั่งน้ำตาเพื่อการเปลี่ยนแปลงและอธิษฐานด้วยความโศกเศร้าเพื่อแผ่นดินของพระเจ้าและดวงวิญญาณของผู้คน พระเจ้าจะทรงปลอบประโลมเราด้วยไข่มุกซึ่งเป็นสัญลักษณ์ของสิ่งเหล่านี้

ด้วยเหตุนี้ ขอให้ความโศกเศร้าของเราเพื่อแผ่นดินของพระเจ้าและดวงวิญญาณของผู้คนเป็นความโศกเศร้าฝ่ายวิญญาณไม่ใช่ความโศกเศร้าฝ่ายเนื้อหนัง จากนั้นเราจะได้รับการปลอบประโลมจากพระเจ้าและได้รับรางวัลที่มีคุณค่ามากมายในแผ่นดินสวรรค์

บทที่ 3

พระพรประการที่สาม

มัทธิว 5:5

"บุคคลผู้ใดมีใจอ่อนโยน ผู้นั้นเป็นสุข เพราะว่าเขาจะได้รับแผ่นดินโลกเป็นมรดก"

ในสมัยที่ลินคอนยังเป็นนักกฎหมายหนุ่มที่ไม่มีใครรู้จักนั้น มีนักกฎหมายคนหนึ่งชื่อเอ็ดวิน เอ็ม. สแตนตันซึ่งไม่ชอบหน้าลินคอนอย่างมาก ครั้งหนึ่งเมื่อสแตนตันรู้ว่าเขาต้องทำคดีร่วมกับลินคอน เขาลุกออกไปจากห้องและกระแตกประตูด้วยความไม่พอใจ

"ผมจะทำงานร่วมกับนักกฎหมายบ้านนอกคนนี้ได้อย่างไง"

หลายปีผ่านไปเมื่อประธานาธิบดีลินคอนที่มาจากการเลือกตั้งกำลังก่อตั้งคณะรัฐมนตรีของตน ท่านได้แต่งตั้งสแตนตันเป็นรัฐมนตรีว่าการกระทรวงสงครามคนที่ 27 ของสหรัฐอเมริกา ที่ปรึกษาของท่านประหลาดใจมากพร้อมกับขอให้ท่านทบทวนการแต่งตั้งสแตนตันเป็นรัฐมนตรี สาเหตุก็เพราะว่าสแตนตันเคยวิพากษ์วิจารณ์ลินคอนในที่สาธารณะว่าการที่ลินคอนได้รับเลือกให้เป็นประธานาธิบดีถือเป็น "ความหายนะของชาติ"

"แล้วมันสำคัญตรงไหนแม้ว่าเขาจะดูถูกผม ชายผู้นี้มีสำนึกในหน้าที่สูงมากและเขามีความสามารถที่จะเอาชนะสถานการณ์ที่ยุ่งยาก เขามีคุณสมบัติเหมาะสมที่จะเป็นรัฐมนตรีกระทรวงสงครามมากที่สุด"

ลินคอนมีจิตใจกว้างขวางและอ่อนโยน ท่านเข้าใจและโอบอุ้มได้แม้กระทั่งคนที่วิพากษ์วิจารณ์ท่าน ในที่สุด แม้แต่สแตนตันเองก็มีความเคารพนับถือในตัวของลินคอน เมื่อลินคอนเสียชีวิต สแตนตันกล่าวถึงท่านว่า "ลินคอนเป็นผู้ปกครองคนที่สมบูรณ์แบบที่สุดที่โลกเคยเห็น"

เช่นเดียวกัน แทนที่เราจะไม่ชอบและหลีกเลี่ยงคนเหล่านี้ การเปลี่ยนแปลงและการมองเห็นจุดดีของเขาคือการแสดงออกถึงจิตใจที่ดีงามและอ่อนโยน

ความอ่อนโยนฝ่ายวิญญาณที่พระเจ้าทรงยอมรับ

โดยทั่วไปผู้คนจะพูดว่าความเงียบขรึม ความเหนียมอาย ความอ่อนน้อม และการมีอารมณ์เยือกเย็นคือความอ่อนโยน แต่พระเจ้าตรัสว่าคนที่อ่อนโยนด้วยความดีงามเป็นคนที่อ่อนโยนอย่างแท้จริง

คำว่า "ความดีงาม" ในที่นี้หมายถึงจิตใจที่ถูกต้องและเที่ยงตรง การมีความดีงามในพระเจ้าคือการกระทำอย่างเที่ยงตรงในการควบคุมคนอื่น การมีศักดิ์ศรี และมีความพรั่งพร้อมในทุกด้าน

ความอ่อนโยนและความดีงามดูจะคล้ายคลึงกัน แต่ก็มีความแตกต่างกันอย่างชัดเจน ความอ่อนโยนเป็นเรื่องภายในในขณะที่ความดีงามเป็นเหมือนเสื้อผ้าที่อยู่ภายนอก แม้บุคคลจะเป็นคนสำคัญ แต่ถ้าเขาสวมใส่เสื้อผ้าไม่ถูกต้อง สิ่งนั้นจะทำให้ศักดิ์ศรีและความสละสลวยของเขาลดลง ในทำนองเดียวกัน ถ้าเราไม่มีความดีงามควบคู่กับความอ่อนโยน สิ่งนั้นก็ยังไม่สมบูรณ์แบบ นอกจากนั้น แม้เราจะดูเป็นคนที่มีความดีงาม แต่ถ้าเราไม่มีความอ่อนโยนอยู่ภายในเรา สิ่งนั้นก็ไร้ค่า ความดีงามของเราเป็นเหมือนถั่วที่ไม่มีเม็ดอยู่ข้างใน

ความอ่อนโยนฝ่ายวิญญาณที่พระเจ้าทรงยอมรับไม่ได้เป็นเพียงลักษณะที่สุภาพอ่อนน้อมเท่านั้น แต่ความสุภาพอ่อนน้อมนั้นต้องมีความดีงามด้วย จากนั้นเราก็จะมีจิตใจที่กว้างขวางซึ่งสามารถโอบอุ้มผู้คนจำนวนมากเอาไว้เหมือนต้นไม้ใหญ่ที่ให้ร่มเงาแก่ผู้คนได้พักพิง

เพราะพระเยซูทรงอ่อนโยนพระองค์จึงไม่เคยทะเลาะวิวาทหรือส่งเสียงดัง ไม่มีผู้ใดได้ยินเสียงของพระองค์บนท้องถนน พระองค์ทรงปฏิบัติกับคนดีและคนชั่วด้วยจิตใจแบบเดียวกัน ดังนั้นผู้คนจำนวนมากจึงติดตามพระองค์

ความดีงามที่จะโอบอุ้มผู้คนจำนวนมาก

มีกษัตริย์องค์หนึ่งที่มีลักษณะที่อ่อนโยนมากในประวัติศาสตร์ของเกาหลี กษัตริย์องค์นั้นได้แก่พระเจ้าเซจองมหาราช พระองค์ไม่เพียงแต่มีลักษณะที่อ่อนโยนเท่านั้น แต่พระองค์ทรงประกอบด้วยความดีงามด้วยเช่นกัน ในสมัยของพระองค์มีนักปราชญ์ผู้โด่งดังอยู่หลายคน เช่น ฮวาง ฮี และแม็ง ซา ซุง สิ่งที่สำคัญที่สุดก็คือกษัตริย์องค์นี้ทรงเป็นผู้ประดิษฐ์ตัวอักษร "ฮาน-กุล" ของเกาหลี

พระองค์ปฏิรูประบบการแพทย์และการเรียงพิมพ์ด้วยโลหะด้วยเช่นกัน พระองค์ทรงแต่งตั้งผู้คนในสาขาอาชีพด้านต่าง ๆ เช่น ด้านดนตรีและด้านวิทยาศาสตร์และประสบความสำเร็จในด้านวัฒนธรรมอย่างยิ่งใหญ่ ดังนั้นท่านจะเห็นว่าคนที่มีความอ่อนโยนพร้อมกับความดีงามสามารถเป็นที่พักพิงให้กับผู้คนจำนวนมากและเกิดผลอันงดงามเช่นกัน

คนที่อ่อนสุภาพสามารถโอบอุ้มผู้คนที่มีแนวคิดและการศึกษาแตกต่างจากตน คนเหล่านี้ไม่พิพากษาหรือกล่าวประณามเรื่องหนึ่งเรื่องใดด้วยความชั่วร้าย เขาเข้าใจมุมมองของคนอื่นในทุกสถานการณ์ จิตใจของเขามีความอ่อนสุภาพและพร้อมที่จะรับใช้คนอื่นด้วยความถ่อมใจ

ถ้าเราโยนก้อนหินใส่แผ่นโลหะ สิ่งนั้นจะทำให้เกิดเสียงดัง ถ้าเราโยนก้อนหินใส่กระจก กระจกก็จะแตก แต่ถ้าเราโยนก้อนหินใส่กองฝ้าย สิ่งนั้นจะไม่มีเสียงหรือไม่แตก เพราะฝ้ายจะอุ้มก้อนหินนั้นเอาไว้

เช่นเดียวกัน คนที่อ่อนโยนจะไม่ทอดทิ้งแม้กระทั่งผู้คนที่มีความเชื่ออ่อนแอและกระทำสิ่งชั่วร้าย เขาจะรอคอยไปจนกว่าคนเหล่านั้นจะเปลี่ยนแปลงและนำเขาไปทำในสิ่งที่ดีกว่า เสียงของเขาจะไม่ดังหรือทำลายล้างแต่จะนุ่มนวลและอ่อนโยน เขาจะไม่พูดในสิ่งที่ไร้สาระแต่จะพูดเฉพาะถ้อยคำแห่งความจริงที่จำเป็น

แม้คนอื่นจะเกลียดชังเขาก็จะไม่ขุ่นเคืองหรือไม่พอใจคนเหล่านั้น เมื่อมีคนให้คำแนะนำหรือตำหนิติเตียนเขาจะยอมรับสิ่งนั้นด้วยความยินดีและพร้อมที่จะปรับปรุงตนเอง บุคคลเช่นนี้จะไม่มีปัญหากับผู้หนึ่งผู้ใด เขาจะเข้าใจความอ่อนแอของคนอื่นและโอบอุ้มคนเหล่านั้นเอาไว้เพื่อเขาจะได้หัวใจของผู้คนจำนวนมาก

จงเตรียมจิตใจให้เป็นดินดี

เพื่อให้เรามีความอ่อนโยนฝ่ายวิญญาณเราต้องพยายามที่จะเตรียมทุ่งนาแห่งจิตใจของเรา ในมัทธิวบทที่ 13 พระเยซูทรงเล่าคำอุปมาเรื่องดินสี่ชนิดโดยเปรียบเทียบดินเหล่านั้นกับจิตใจของเรา

เมล็ดพืชที่ตกลงบนดินริมทางเดินจะไม่สามารถแตกหน่อและหยั่งราก จิตใจที่เป็นเหมือนดินริมทางเดินจะไม่มีความเชื่อหลังจากที่เขาฟังพระคำของพระเจ้า คนที่จิตใจเช่นนี้จะดื้อรั้น

เขาจะไม่เปิดจิตใจของตนแม้หลังจากที่เขาได้ยินถึงความจริง ดังนั้นเขาจึงไม่ได้พบพระเจ้า แม้เขาจะเข้าร่วมนมัสการในคริสตจักรแต่เขาก็เป็นเพียง "คนไปโบสถ์" จิตใจของเขาจะไม่ได้รับการปลูกฝังด้วยพระคำ ดังนั้นความเชื่อของเขาจึงไม่แตกหน่อ หยั่งราก และเติบโต

เมล็ดพืชที่ตกลงไปในดินซึ่งมีพื้นหินอาจแตกหน่อแต่พืชที่งอกจากเมล็ดนี้จะไม่เติบโตเนื่องจากพื้นหิน คนที่จิตใจเช่นนี้จะไม่มีความแน่ใจในความเชื่อแม้หลังจากที่เขาฟังพระคำ เมื่อถูกทดสอบเขาจะล้มเหลวและล้มลง เขารู้จักพระเจ้าและได้รับการเต็มล้นด้วยพระวิญญาณ ดังนั้นเขาจึงดีกว่าดินริมทางเดิน แต่เพราะจิตใจของเขาไม่ได้ถูกเตรียมไว้ด้วยความจริง พืชที่งอกขึ้นมาจากเหี่ยวแห้งและตายไป

เมล็ดพืชที่ตกลงไปในดินที่มีหนามปกคลุมจะแตกหน่อและเติบโต แต่พืชนี้จะไม่ออกผลเพราะถูกหนามปกคลุมเอาไว้ คนที่จิตใจเช่นนี้จะมีความปรารถนาของตนเอง มีการทดลองในเรื่องเงิน มีความวิตกกังวลของโลกนี้ และมีความคิดและแผนการของตนเอง ดังนั้นเขาจึงไม่สามารถมีประสบการณ์กับฤทธิ์อำนาจของพระเจ้าในเรื่องต่าง ๆ

เมล็ดพืชที่ตกลงไปในดินดีจะเติบโตและเกิดผลสามสิบเท่า หกสิบเท่า หรือร้อยเท่า คนที่มีจิตใจเช่นนี้จะเชื่อฟังพระคำของพระเจ้าที่เขาได้ยินด้วยการพูดว่า "อาเมน" และ "ใช่แล้ว" เท่านั้น ดังนั้นเขาจึงเกิดผลอย่างบริบูรณ์ในทุก ๆ เรื่อง นี่คือจิตใจแห่งความดีงามที่พระเจ้าทรงปรารถนา

ขอให้เราตรวจสอบดูว่าเรามีจิตใจแบบใด แน่นอน การที่เราจะ

แยกแยะอย่างชัดเจนว่าเรามีจิตใจที่เป็นเหมือนดินริมทางเดิน หรือดินที่มีหิน หรือดินที่ถูกปกคลุมด้วยหนาม หรือดินดีเช่นเดียวกับการวัดคุณภาพของดินนั้นเป็นสิ่งที่ทำได้ยาก ดินริมทางเดินอาจเป็นดินที่มีหินอยู่บ้างเช่นกัน แม้จิตใจของเราจะเป็นเหมือนดินดีแต่เราก็อาจมีความเท็จซึ่งเป็นเหมือนหินซุกซ่อนอยู่ในจิตใจของเราเมื่อเราเติบโตขึ้นอยู่บ้างเช่นกัน

แต่ไม่ว่าจิตใจของเราจะเป็นเหมือนดินชนิดใดก็ตาม ถ้าเราเตรียมจิตใจของเราอย่างขยันหมั่นเพียรเราก็สามารถทำให้จิตใจของเราเป็นเหมือนดินดีได้เช่นกัน ดังนั้นแทนที่จะถามว่าเรามีจิตใจชนิดใด เราควรถามว่าเราพยายามที่จะเตรียมจิตใจของเราด้วยความขยันหมั่นเพียรมากเพียงใด

ถ้าเรากำจัดความชั่วร้ายทุกรูปแบบ (เช่น ความเกลียดชัง ความอิจฉา ความริษยา การทะเลาะวิวาท การพิพากษา และการกล่าวประณาม เป็นต้น) ออกไปจากจิตใจของเราเหมือนดังที่ชาวนากำจัดก้อนหินและวัชพืชออกไปจากดินพร้อมกับใส่ปุ๋ยลงไปในดินนั้นโดยมุ่งหวังการเก็บเกี่ยวอย่างบริบูรณ์ เราก็จะมีจิตใจที่เป็นเหมือนดินดีซึ่งอุดมสมบูรณ์ไปด้วยความดีงามและความอ่อนโยนด้วยเช่นกัน

จงอธิษฐานด้วยความเชื่อจนถึงที่สุดและจงละทิ้งความชั่ว

เพื่อเตรียมจิตใจของเรา อันดับแรก เราต้องนมัสการด้วยจิตใจวิญญาณและความจริงเพื่อจะฟังและเข้าใจในพระคำ นอกจากนั้น แม้จะพบกับความยากลำบากเราต้องชื่นบานอยู่เสมอ อธิษฐานอย่างสม่ำเสมอ และขอบพระคุณในทุกกรณีรวมทั้งพยายามที่จะกำจัดความชั่วร้ายในจิตใจของเราทิ้งไป

ถ้าเราทูลขอกำลังจากพระเจ้าโดยการอธิษฐานอย่างร้อนรนและ

พยายามที่จะดำเนินชีวิตด้วยพระคำเราก็จะได้รับพระคุณและพระกำลังจากพระเจ้ารวมทั้งความช่วยเหลือของพระวิญญาณบริสุทธิ์ ดังนั้นเราจึงสามารถกำจัดความชั่วร้ายทิ้งไปอย่างรวดเร็ว

แม้ดินจะมีคุณภาพดีมาก แต่ถ้าเราไม่หว่านเมล็ดพืชลงไปและไม่ดูแลพืชที่เกิดขึ้นมาเราก็จะไม่สามารถเก็บเกี่ยวพืชผลได้เช่นเดียวกัน สิ่งสำคัญก็คือเราไม่ควรพยายามเพียงครั้งหรือสองครั้งและหยุด แต่เราต้องอธิษฐานด้วยความเชื่อจนถึงที่สุด เนื่องจากความเชื่อความแน่ใจในสิ่งที่เราหวังไว้ (ฮีบรู 11:1) เราจึงต้องพยายามอย่างขยันหมั่นเพียรและอธิษฐานด้วยความเชื่อ เมื่อนั้นเราจึงจะสามารถเก็บเกี่ยวผลอย่างบริบูรณ์

ในขั้นตอนของการกำจัดความชั่วร้ายทุกรูปแบบในจิตใจของเราทิ้งไปนั้นเราอาจคิดว่าเราได้กำจัดความชั่วร้ายทิ้งไปมากพอสมควรแล้ว แต่จากนั้นความชั่วร้ายกลับปรากฏขึ้นมาอย่างต่อเนื่อง สิ่งนี้คล้ายกับการปอกหอมหัวใหญ่ แม้เราจะปอกหอมหัวใหญ่ออกไปแล้วสองสามกลีบแต่กลีบหอมแบบเดียวกันก็ยังปรากฏให้เห็นอยู่อย่างต่อเนื่อง แต่ถ้าเรากำจัดความชั่วร้ายทิ้งไปอย่างโดยไม่หยุดหย่อนจนถึงที่สุด เราก็จะมีจิตใจที่อ่อนโยนซึ่งปราศจากความชั่วร้ายในที่สุด

ความอ่อนโยนของโมเสส

ในขณะที่โมเสสกำลังนำชนชาติอิสราเอลเข้าสู่แผ่นดินคานาอันในช่วงที่อยู่ในถิ่นทุรกันดาร 40 ปีของการอพยพนั้นท่านพบกับสถานการณ์ที่ยากลำบากมากมาย

ชายชาวอิสราเอลที่เป็นผู้ใหญ่มีอยู่ประมาณ 6 แสนคน

ประชากรทั้งหมดน่าจะเกิน 2 ล้านคนถ้ารวมเด็กและผู้หญิง ท่านต้องนำคนจำนวนมากเหล่านั้นเป็นเวลา 40 ปีในถิ่นทุรกันดารที่ไม่มีน้ำหรืออาหาร เราคงวาดภาพออกว่าโมเสสต้องเอาชนะอุปสรรคที่ยุ่งยากมากมายเพียงใด

กองทัพของอียิปต์กำลังไล่ตามมาข้างหลัง (อพยพ 14:9) และด้านของคนเหล่านั้นคือทะเลแดง แต่พระเจ้าทรงแยกทะเลแดงออกจากกันเพื่อให้เขาสามารถเดินข้ามทะเลนั้นไปเหมือนเดินบนดินแห้ง (อพยพ 14:21-22)

เมื่อไม่มีน้ำดื่มพระองค์ทรงให้น้ำไหลออกมาจากก้อนหิน (อพยพ 17:6) พระเจ้าทรงเปลี่ยนน้ำขมให้เป็นน้ำจืดที่ดื่มได้ด้วยเช่นกัน (อพยพ 15:23-25) เมื่อไม่มีอาหารพระเจ้าทรงส่งมานาและนกคุ่มมาเลี้ยงดูเขา (อพยพบทที่ 14-17)

แม้คนเหล่านั้นได้เห็นถึงฤทธิ์อำนาจของพระเจ้าผู้ทรงพระชนม์อยู่ แต่คนอิสราเอลก็ยังบ่นต่อว่าโมเสสทุกครั้งที่เขาพบกับความยากลำบาก

“คนอิสราเอลกล่าวแก่ท่านทั้งสองว่า ‘พวกข้าพเจ้าตายเสียด้วยพระหัตถ์ของพระเยโฮวาห์ตั้งแต่อยู่ในประเทศอียิปต์ ขณะเมื่อนั่งอยู่ใกล้หม้อเนื้อและรับประทานอาหารอิ่มหนำจะดีกว่า นี่ท่านกลับนำพวกข้าพเจ้าออกมาในถิ่นทุรกันดารอย่างนี้ เพื่อจะให้ชุมนุมชนทั้งหมดหิวตายเท่านั้น’” (อพยพ 16:3)

“พลไพร่กระหายน้ำที่ตำบลนั้น จึงบ่นต่อโมเสสว่า ‘ทำไมท่านจึงพาพวกข้า ทั้งบุตรและฝูงสัตว์ของข้า ออกมาจากประเทศอียิปต์ให้อดน้ำตาย’” (อพยพ 17:3)

“และท่านทั้งหลายได้บ่นอยู่ในเต็นท์ของตน และว่า ‘เพราะพระเยโฮวาห์ทรงชังพวกเรา พระองค์จึงทรงพาเราทั้งหลาย

ออกมาจากแผ่นดินอียิปต์ จะได้มอบเราไว้ในมือคนอาโมไรต์เพื่อจะทำลายเราเสีย'" (เฉลยธรรมบัญญัติ 1:27)

คนอิสราเอลบางคนพยายามเอาหินขว้างโมเสส โมเสสต้องอยู่กับคนประเภทนี้เป็นเวลาถึง 40 ปีพร้อมกับสอนเขาในเรื่องความจริงและนำเขาไปสู่แผ่นดินคานาอัน ความจริงข้อนี้เพียงอย่างเดียวทำให้เราเห็นระดับความอ่อนโยนของโมเสส

เพราะเหตุนี้พระเจ้าจึงยกย่องโมเสสไว้ในกันดารวิถี 12:3 ว่า "โมเสสเป็นคนถ่อมใจมากยิ่งกว่าคนทั้งปวงที่พื้นแผ่นดิน"

แต่ไม่ใช่เพราะว่าโมเสสมีความอ่อนโยนมาตั้งแต่แรก ท่านสังหารคนอียิปต์ที่กำลังทำร้ายชาวฮีบรูด้วยอารมณ์ชั่ววูบ ท่านยังมีความมั่นใจในความเป็นราชโอรสของอียิปต์อย่างมากเช่นกัน แต่ท่านถ่อมตัวลงและยอมทำการต่ำอย่างชัดเจนในขณะที่ท่านกำลังดูแลฝูงแกะในถิ่นทุรกันดารมีเดียนเป็นเวลา 40 ปี

เพราะท่านสังหารคนอียิปต์โมเสสจึงต้องหลบหนีออกจากราชวังของฟาโรห์และกลายเป็นผู้หลบหนีคดี ในที่สุดโมเสสเริ่มรู้ว่าท่านไม่สามารถกระทำสิ่งใดได้ด้วยพลังของตนเองในขณะที่ท่านอาศัยอยู่ในถิ่นทุรกันดาร แต่หลังจากช่วงเวลาของขัดเกลานี้ โมเสสได้กลายเป็นบุคคลที่อ่อนโยนอย่างมากจนท่านสามารถโอบอุ้มใครก็ได้

ความแตกต่างระหว่างความอ่อนโยนฝ่ายเนื้อหนังและความอ่อนโยนฝ่ายวิญญาณ

ปกติคนที่อ่อนโยนฝ่ายเนื้อหนังจะเป็นคนที่มีลักษณะเงียบขรึมและเหนียมอาย คนเหล่านี้ไม่ชอบเสียงดังหรือเสียงอึกกระตึกครึกโครม

ดังนั้นเราอาจเห็นว่าคนเหล่านี้ค่อนข้างเป็นคนที่ไม่กล้าตัดสิ

นใจแม้ในเรื่องความเท็จ เมื่อเขาพบกับสถานการณ์ที่น่าอึดอัดเขาอาจเก็บกดสิ่งนั้นเอาไว้ภายในจนทำให้ตนเป็นทุกข์ในจิตใจ เมื่อสถานการณ์ก้าวเลยขอบเขตที่เขาจะอดกลั้นต่อไปได้เขาจะระเบิดอารมณ์ของตนออกมาจนทำให้ผู้คนจำนวนมากประหลาดใจ นอกจากนั้น คนเหล่านี้ไม่มีใจสัตย์ต่อการทำหน้าที่ของตน ดังนั้นเขาจึงไม่เกิดผลในที่สุด

การมีลักษณะเงียบขรึมและเหนียมอายเช่นนี้ไม่ใช่ความลักษณะของอ่อนโยนที่พระเจ้าทรงปีติยินดี มนุษย์อาจคิดว่าสิ่งนี้คือความอ่อนโยน แต่ในสายพระเนตรของพระเจ้าผู้ทรงวินิจฉัยจิตใจ ลักษณะเช่นนี้ไม่ใช่ความอ่อนโยน

แต่คนที่มีความอ่อนโยนฝ่ายวิญญาณในจิตใจของตนโดยได้กำจัดความเท็จทิ้งไปจากจิตใจของตนนั้นจะเกิดผลในด้านต่าง ๆ ของการประกาศพระกิตติคุณและการฟื้นฟูอย่างบริบูรณ์เหมือนกับดินดีที่ทำให้เกิดการเก็บเกี่ยวอย่างอุดมสมบูรณ์

นอกจากนั้น ในฝ่ายวิญญาณคนเหล่านี้จะเกิดผลแห่งความสว่าง (เอเฟซัส 5:9) ผลแห่งความรักฝ่ายวิญญาณ (1 โครินธ์ 13:4-7) และผลของพระวิญญาณบริสุทธิ์ (กาลาเทีย 5:22-23) ด้วยวิธีนี้เขาจึงกลายเป็นมนุษย์ฝ่ายวิญญาณ ดังนั้นเขาจึงได้รับคำตอบต่อคำอธิษฐานของเขาอย่างรวดเร็ว

เหนือสิ่งอื่นใด คนที่มีความอ่อนโยนฝ่ายวิญญาณจะเข้มแข็งและกล้าหาญในความจริง เมื่อเขาต้องสั่งสอนด้วยความจริงเขาจะมีความเข้มงวดในการสั่งสอน เมื่อเขาเห็นผู้คนทำบาปต่อพระพักตร์พระเจ้าเขาจะมีพลังและความกล้าหาญที่จะตำหนิและแก้ไขด้วยความรักไม่ว่าคนนั้นจะเป็นใครก็ตาม

ยกตัวอย่าง พระเยซูทรงเป็นบุคคลที่อ่อนโยนที่สุด แต่พระองค์ทรงตำหนิผู้คนอย่างรุนแรงเกี่ยวกับสิ่งที่ไม่ถูกต้องตามความจริง นั่นคือ พระองค์ไม่อดกลั้นกับการทำให้พระวิหารของพระเจ้าเป็นมลทิน

"ในพระวิหารพระองค์ทรงพบคนขายวัว ขายแกะ ขายนกเขา และคนรับแลกเงินนั่งอยู่ เมื่อพระองค์ทรงเอาเชือกทำเป็นแส้ พระองค์ทรงไล่คนเหล่านั้น พร้อมกับแกะและวัวออกไปจากพระวิหาร และทรงเทเงินของคนรับแลกเงินและคว่ำโต๊ะและพระองค์ตรัสแก่บรรดาคนขายนกเขาว่า 'จงเอาของเหล่านี้ไปเสีย อย่าทำพระนิเวศของพระบิดาเราให้เป็นที่ค้าขาย'" (ยอห์น 2:14-16)

พระเยซูทรงตำหนิพวกฟาริสีและพวกธรรมาจารย์อย่างรุนแรงที่สั่งสอนความเท็จซึ่งขัดแย้งกับพระคำของพระเจ้าอย่างด้วยเช่นกัน (มัทธิว 12:34; 23:13-15; ลูกา 11:42-44)

ระดับของความอ่อนโยนฝ่ายวิญญาณ

สิ่งหนึ่งที่เราควรรู้ก็คือในความรักฝ่ายวิญญาณที่บันทึกไว้ใน 1 โครินธ์บทที่ 13 ก็มีความอ่อนโยนฝ่ายวิญญาณและในผลของพระวิญญาณบริสุทธิ์ทั้งเก้าชนิดในกาลาเทียบทที่ 5 ก็มีความอ่อนฝ่ายวิญญาณที่ปรากฏอยู่ด้วยเช่นกัน

ความอ่อนโยนเหล่านี้แตกต่างจากความอ่อนโยนในลักษณะของผู้เป็นสุข (มัทธิวบทที่ 5) อย่างไร ความอ่อนโยนทั้งสามกลุ่มเหล่านี้ไม่ได้แตกต่างกันไปเสียทั้งหมดอย่างแน่นอน ความหมายพื้นฐานของความอ่อนโยนคือความนุ่มนวลและความอ่อนสุภาพที่ประกอบด้วยความรักและความดีงามในเวลาเดียวกัน แต่ความลึกและความกว้างของความอ่อนโยนแต่ละกลุ่มจะแตกต่างกัน

ประการแรก ความอ่อนโยนในความรักฝ่ายวิญญาณคือระดับขั้นพื้นฐานที่สุดของความอ่อนโยนที่จะมีความรัก ความอ่อนโยนในผลของพระวิญญาณบริสุทธิ์ ทั้งเก้าชนิดมีความหมายกว้างกว่า นี่เป็นความอ่อนโยนในทุก ๆ เรื่อง

ความอ่อนโยนในผลของพระวิญญาณคือสิ่งที่เกิดเป็นผลในจิตใจ เมื่อผลนี้เกิดขึ้นและนำพระพรลงมา สิ่งนี้จะกลายเป็นความอ่อนโยนในลักษณะของผู้เป็นสุข

ยกตัวอย่าง เมื่อต้นไม้ออกผลอย่างอุดมสมบูรณ์เราอาจเทียบผลไม้นี้กับ "ความอ่อนโยนในผลของพระวิญญาณบริสุทธิ์" แต่เมื่อเรารับประทานผลไม้เพื่อให้ประโยชน์กับร่างกาย เราอาจเทียบผลไม้นี้กับ "ความอ่อนโยนในลักษณะของผู้เป็นสุข" เพราะฉะนั้น เราจึงพูดได้ว่าความอ่อนโยนในลักษณะของผู้เป็นสุขคือความอ่อนโยนในระดับที่สูงกว่า

พระพรสำหรับผู้ที่มีใจอ่อนโยนฝ่ายวิญญาณ

มัทธิว 5:5 กล่าวว่า "บุคคลผู้ใดมีใจอ่อนโยน ผู้นั้นเป็นสุขเพราะว่าเขาจะได้รับแผ่นดินโลกเป็นมรดก" พระคัมภีร์ข้อนี้กล่าวว่าถ้าเรามีความอ่อนโยนฝ่ายวิญญาณเราก็จะได้รับแผ่นดินโลกเป็นมรดก

การ "ได้รับแผ่นดินโลกเป็นมรดก" ในที่นี้ไม่ได้หมายความว่าเราจะมีที่ดินในโลกนี้ แต่หมายความว่าเราจะมีที่ดินในสวรรค์นิรันดร์ (สดุดี 37:29)

การได้รับมรดกคือการได้มาซึ่งกรรมสิทธิ์ ฐานะ หรือคุณลักษณะจากคนรุ่นก่อน ปกติความเป็นเจ้าของมรดกจะเป็นที่รู้จักของผู้คนมากกว่าความเป็นเจ้าของทรัพย์สินที่ถูกซื้อ

มาด้วยเงิน

ยกตัวอย่าง ถ้าคนหนึ่งมีที่ดินผืนหนึ่งซึ่งเขาได้รับสืบทอดเป็นมรดกของครอบครัวมาจากคนรุ่นก่อน เพื่อนบ้านของเขาจะทราบถึงความเป็นเจ้าของนี้เป็นอย่างดี ครอบครัวจะรักษาที่ดินผืนนี้เอาไว้เป็นสิ่งที่มีคุณค่าและจะส่งมอบให้กับลูกหลานของตนต่อไป เพราะฉะนั้นการได้รับแผ่นดินโลกเป็นมรดกจึงหมายความว่าเราจะได้รับแผ่นดินเป็นมรดกอย่างแน่นอน

เพราะเหตุใดพระเจ้าจึงทรงมอบแผ่นดินในสวรรค์ให้กับคนที่มีความอ่อนโยนฝ่ายวิญญาณ สดุดี 37:11 กล่าวว่า "แต่คนใจอ่อนสุภาพจะได้แผ่นดินตกไปเป็นมรดก และตัวเขาจะปีติยินดีในสันติภาพอุดมสมบูรณ์" ข้อนี้กล่าวว่าสาเหตุที่คนใจอ่อนสุภาพได้รับแผ่นดินเป็นมรดกก็เพราะว่าเขามีความดีงามและโอบอุ้มผู้คนจำนวนมากเอาไว้

คนที่มีความอ่อนโยนจะยกโทษความผิดของคนอื่น เข้าใจและโอบอุ้มคนเหล่านั้นเอาไว้ ดังนั้นผู้คนจำนวนมากจึงพบการหยุดพักและความสงบสุขในตัวเขา

เมื่อคนหนึ่งได้หัวใจของคนจำนวนมาก สิ่งนี้จะกลายเป็นสิทธิอำนาจฝ่ายวิญญาณสำหรับเขา ในแผ่นดินสวรรค์เขาจะได้รับสิทธิอำนาจอันยิ่งใหญ่เช่นกัน ดังนั้นเขาจึงได้รับแผ่นดินเป็นมรดก

สิทธิอำนาจฝ่ายวิญญาณที่จะรับแผ่นดินเป็นมรดกในสวรรค์

ในโลกนี้ บุคคลจะมีสิทธิอำนาจได้ก็ต่อเมื่อเขามีทรัพย์สินเงินทองและชื่อเสียงเท่านั้น แต่ในสวรรค์ คนที่ถ่อมตนและรับใช้คนอื่นจะได้รับสิทธิอำนาจฝ่ายวิญญาณ

"แต่ในพวกท่านหาเป็นอย่างนั้นไม่ ถ้าผู้ใดใคร่จะได้เป็นใหญ่

ในพวกท่าน ผู้นั้นจะต้องเป็นผู้ปรนนิบัติท่านทั้งหลาย ถ้าผู้ใดใคร่จะได้เป็นเอกเป็นต้นในพวกท่าน ผู้นั้นจะต้องเป็นผู้รับใช้ของพวกท่าน อย่างที่บุตรมนุษย์มิได้มาเพื่อรับการปรนนิบัติ แต่มาเพื่อจะปรนนิบัติ และประทานชีวิตของท่านให้เป็นค่าไถ่สำหรับคนเป็นอันมาก" (มัทธิว 20:26-28)

"แล้วตรัสว่า 'เราบอกความจริงแก่ท่านทั้งหลายว่า ถ้าพวกท่านไม่กลับใจเป็นเหมือนเด็กเล็กๆ ท่านจะเข้าในอาณาจักรแห่งสวรรค์ไม่ได้เลย เหตุฉะนั้น ถ้าผู้ใดจะถ่อมจิตใจลงเหมือนเด็กเล็กคนนี้ ผู้นั้นจะเป็นใหญ่ที่สุดในอาณาจักรแห่งสวรรค์'" (มัทธิว 18:3-4)

ถ้าเราเป็นเหมือนเด็กเล็ก ๆ เราจะมีจิตใจที่ถ่อมลงมากที่สุดเท่าที่จะมากได้ ดังนั้นเราจึงได้ใจของคนเป็นอันมากในโลกนี้และเราจะกลายเป็นคนสำคัญในแผ่นดินสวรรค์

เช่นเดียวกัน เนื่องจากคนหนึ่งได้ให้ที่พักพิงทางจิตใจกับผู้คนจำนวนมากด้วยความอ่อนโยนฝ่ายวิญญาณ พระเจ้าจึงประทานที่ดินผืนใหญ่ให้กับเขาเพื่อให้เขาชื่นชมกับสิทธิอำนาจของตนตลอดไป ถ้าเราไม่มีที่ดินผืนใหญ่ในสวรรค์เราจะสร้างบ้านหลังใหญ่ในสวรรค์ได้อย่างไร

สมมุติว่าเราทำงานมากมายเพื่อพระเจ้าและเราได้รับวัสดุมากมายเพื่อสร้างบ้านเรือนของเราในสวรรค์ แต่ถ้าเรามีที่ดินเพียงเล็กน้อยเราก็ไม่สามารถสร้างบ้านหลังใหญ่นั้นได้

ด้วยเหตุนี้ คนที่เข้าไปสู่นครเยรูซาเล็มใหม่จะได้รับที่ดินผืนใหญ่เพราะเขามีความอ่อนโยนฝ่ายวิญญาณอย่างสมบูรณ์ เนื่องจากที่ดินของคนเหล่านี้มีขนาดใหญ่ บ้านเรือนของเขาจึงมีขนาดใหญ่และงดงามมากด้วยเช่นกัน

คนเหล่านี้จะได้รับสิ่งอำนวยความสะดวกตามธรรมชาติอันงด

งามมากมายบนผืนดินของตนด้วยเช่นกัน อาทิ เช่น สวนหย่อม ทะเลสาบ หุบเขา และเนินเขา เป็นต้น นอกจากนั้นยังมีสิ่งอำนวยความสะดวกอย่างอื่นมากมายด้วย อาทิ เช่น สระว่ายน้ำ สนามเด็กเล่น และห้องจัดเลี้ยง เป็นต้น นี่คือความห่วงใยของพระเจ้าที่มีต่อเจ้าของบ้านเพื่อให้เขาเชิญชวนผู้คนที่ตนเคยโอบอุ้มและช่วยเหลือให้เติบโตในฝ่ายวิญญาณมาร่วมในงานเลี้ยงและแบ่งปันความรักต่อกันและกันชั่วนิรันดร์

แม้แต่ในปัจจุบัน พระเจ้ากำลังทรงมองหาผู้คนที่มีใจอ่อนโยนอย่างต่อเนื่อง พระองค์ทรงปรารถนาที่จะมอบหมายหน้าที่ให้กับเขาเพื่อเขาจะโอบอุ้มดวงวิญญาณจำนวนมากเอาไว้และนำคนเหล่านั้นมาถึงความจริงพร้อมกับทรงมอบที่ดินผืนใหญ่ให้เขาเป็นมรดกในสวรรค์ ด้วยเหตุนี้ ขอให้เรารับการชำระให้บริสุทธิ์อย่างสมบูรณ์และมีใจอ่อนโยนเพื่อเราจะได้รับแผ่นดินผืนใหญ่ในสวรรค์เป็นมรดก

บทที่ 4

พระพรประการที่สี่

มัทธิว 5:6

"บุคคลผู้ใดหิวกระหายความชอบธรรม
ผู้นั้นเป็นสุขเพราะว่าพระเจ้าจะทรงให้อิ่มบริบูรณ์"

สุภาษิตเกาหลีกล่าวไว้ว่า "ถ้าคนไม่ได้กินข้าวสักสามวันเขาจะกลายเป็นโจร" สุภาษิตข้อนี้บอกให้เราทราบถึงความเจ็บปวดของความหิวโหย แม้คนที่แข็งแรงที่สุดก็ไม่สามารถทำสิ่งใดได้ถ้าเขาหิวโหย

การอดกินอาหารเพียงสองสามมื้อก็ไม่ใช่เรื่องง่าย ลองคิดดูซิว่าจะเกิดอะไรถ้าท่านไม่ได้กินอาหารเป็นเวลาหนึ่งวัน สองวัน หรือสามวัน

ประการแรก เมื่อท่านรู้สึกหิว ถ้าท่านไม่ได้กินอาหารหลังจากเวลาผ่านไปท่านจะเกิดอาการปวดท้องและท่านอาจเหงื่อตกยางออก ท่านจะเริ่มปวดทั่วร่างกายและการทำงานของร่างกายของท่านจะลดลง ความต้องการอาหารของท่านจะอยู่ในระดับที่รุนแรงมากในภาวะเช่นนี้ ถ้าท่านปล่อยให้เกิดภาวะเช่นนี้ดำเนินต่อไปท่านอาจเสียชีวิตได้

ในปัจจุบันมีผู้คนจำนวนมากกำลังทนทุกข์ทรมานกับความอดอยากและสงครามซึ่งคนเหล่านี้ยอมกินแม้กระทั่งพืชที่เป็นพิษ หลายคนดำรงชีวิตอยู่ในแต่ละวันด้วยการค้นหาอาหารจากถังขยะ

แต่สิ่งที่รุนแรงมากกว่าความหิวคือความกระหาย เป็นที่รู้กันโดยทั่วไปว่า 70% ของร่างกายของมนุษย์ประกอบด้วยน้ำ ถ้าเราสูญเสียของเหลวในร่างกายของเราไป 2% เราก็จะเกิดความกระหายอย่างรุนแรง ถ้าเราสูญเสียของเหลวในร่างกายไป 4% ร่างกายของเราจะอ่อนแอและเราอาจหมดสติ ถ้าเราสูญเสียของเหลวในร่างกายไป 10% เราอาจเสียชีวิต

น้ำเป็นส่วนประกอบที่สำคัญอย่างยิ่งต่อร่างกายของมนุษย์ เนื่องจากความกระหายอย่างรุนแรง คนที่เดินทางข้ามทะเลทราย

ภายใต้ความร้อนอย่างแผดเผาของดวงอาทิตย์จึงเดินตามภาพลวงตาที่เขามองเห็นโดยคิดว่าสิ่งนั้นเป็นแถบโอเอซิสและเสียชีวิตในที่สุด

การมีความหิวและความกระหายจึงถือเป็นสิ่งที่ทุกข์ทรมานมาก สิ่งนี้สามารถคร่าชีวิตของเราได้เช่นกัน ทำไมพระเจ้าจึงตรัสว่าบุคคลผู้ใดหิวกระหายความชอบธรรมผู้นั้นเป็นสุข

ผู้คนที่หิวกระหายความชอบธรรม

ความชอบธรรมเป็นคำนามของการเป็นผู้ชอบธรรม พจนานุกรมภาษาอังกฤษฉบับเว็บสเตอร์ให้คำนิยามของ "การเป็นผู้ชอบธรรม" ไว้ว่า "เป็นการกระทำตามกฎศีลธรรมหรือกฎของพระเจ้า การปลอดจากความผิดหรือความบาป" เราอาจเห็นบางคนรอบตัวเราที่สละแม้กระทั่งชีวิตของตนเพื่อรักษาความชอบธรรมอย่างผิด ๆ ระหว่างเพื่อนเอาไว้ คนเหล่านี้ต่อต้านกฎเกณฑ์ของสังคมโดยยืนกรานว่าความเชื่อของตนคือความชอบธรรม

แต่ความชอบธรรมของพระเจ้าแตกต่างออกไป ความชอบธรรมประเภทนี้คือการทำตามน้ำพระทัยของพระเจ้าและการประพฤติตามพระคำของพระองค์ผู้ทรงเป็นความดีงามและความจริง สิ่งนี้หมายถึงทุกก้าวย่างที่เราต้องดำเนินไปจนกว่าเราจะรื้อฟื้นพระฉายาของพระเจ้าที่เสียไปกลับคืนมาใหม่และรับการชำระให้บริสุทธิ์อย่างสมบูรณ์

คนที่หิวกระหายความชอบธรรมจะปีติยินดีในพระธรรมของพระเจ้าและจะภาวนาพระธรรมนั้นทั้งกลางวันและกลางคืนเหมือ

นที่บันทึกไว้ในสดุดี 1:1-2 ทั้งนี้ก็เพราะว่าพระคำของพระเจ้าบอกให้เราทราบว่าน้ำพระทัยของพระเจ้าคืออะไรและการประพฤติที่ชอบธรรมเป็นการประพฤติแบบใด

คนที่หิวกระหายความชอบธรรมจะปรารถนาพระคำของพระเจ้าและภาวนาพระคำนั้นทั้งกลางวันและกลางคืนเหมือนที่ผู้เขียนสดุดีกล่าวไว้ เขาไม่ได้ศึกษาพระคำเพื่อสะสมไว้เป็นความรู้เท่านั้นแต่เพื่อประยุกต์ใช้พระคำนั้นในชีวิตประจำวันของตน

"นัยน์ตาของข้าพระองค์มัวมืดไปด้วยคอยความรอดของพระองค์ และคอยพระดำรัสชอบธรรมของพระองค์สำเร็จ" (สดุดี 119:123)

"ข้าพระองค์ตื่นขึ้นก่อนอรุณ ทูลขอความช่วยเหลือ ข้าพระองค์หวังอยู่ในพระวจนะของพระองค์ นัยน์ตาของข้าพระองค์ตื่นอยู่ก่อนถึงยามทุกยามในกลางคืน เพื่อรำพึงถึงพระดำรัสของพระองค์" (สดุดี 119:147-148)

ถ้าเรารู้จักความรักของพระเจ้าอย่างแท้จริงเราจะปรารถนาพระคำของพระองค์อย่างจริงจัง ดังนั้นเราจึงหิวกระหายความชอบธรรม ทั้งนี้เพราะเรารู้ว่าพระเยซูผู้เป็นพระบุตรองค์เดียวของพระเจ้าและทรงปราศจากมลทินด่างพร้อยทรงรับเอาความทุกข์และความอับอายบนไม้กางเขนเพื่อเรา พระองค์ทรงรับเอาความทุกข์และความอับอายบนกางเขนเพื่อไถ่เราผู้เป็นคนบาปให้พ้นจากความบาปของเราและประทานชีวิตนิรันดร์ให้กับเรา

ถ้าเราเชื่อในความรักของพระองค์บนกางเขนเราก็จะดำเนินชีวิตด้วยพระคำของพระเจ้า เราจะคิดว่า "เราจะตอบแทนความรักของพระองค์และทำให้พระเจ้าพอพระทัยได้อย่างไร เราจะทำในสิ่งที่พระเจ้าทรงต้องการได้อย่างไร" เราจะเสาะหาความชอบธรรมที่

พระเจ้าทรงต้องการเหมือนกวางกระหายหาลำธาร ดังนั้นเราจะเชื่อฟังพระคำเมื่อเราได้ยินถึงพระคำนั้น กำจัดความบาปทิ้งไป และประพฤติตามความจริง

การประพฤติของคนที่หิวกระหายความชอบธรรม

ด้วยฤทธิ์อำนาจของพระเจ้าผมจึงได้รับการรักษาให้หายจากโรคนานาชนิดที่หมอรักษาไม่ได้ เพราะผมพบกับพระเจ้าด้วยวิธีนี้ผมจึงเฝ้าปรารถนาพระคำของพระองค์ผู้ทรงประทานชีวิตใหม่ให้กับผม เพื่อจะฟังและเข้าใจพระคำเพิ่มมากขึ้นผมจึงเข้าร่วมในการประชุมฟื้นฟูและแสวงหาพระเจ้าเพื่อพบพระองค์อย่างใกล้ชิดมากขึ้น

เรารักบรรดาผู้ที่รักเรา และบรรดาผู้ที่แสวงหาเราอย่างขยันขันแข็งก็พบเรา (สุภาษิต 8:17)

เมื่อผมรู้จักน้ำพระทัยของพระเจ้าเกี่ยวกับการรักษาวันสะบาโตให้ครบถ้วน การถวายสิบลดอย่างถูกต้อง และรู้ว่าผมไม่ควรเข้าหาพระเจ้าด้วยมือเปล่า (อพยพ 23:15) ผมก็พยายามที่จะประพฤติตามพระคำนั้นอย่างขยันหมั่นเพียร ผมหิวกระหายที่จะประพฤติตามพระคำของพระเจ้าด้วยใจขอบพระคุณที่พระองค์ทรงรักษาโรคของผมและทรงช่วยผมให้รอด

เมื่อขั้นตอนของการประพฤติตามพระคำของพระเจ้าเริ่มต้นขึ้นผมตระหนักว่าผมมีความเกลียดชังอยู่ในจิตใจของตน ผมคิดว่า "ผมเป็นใครเล่าผมจึงบังอาจไปเกลียดชังคนอื่นได้"

ผมเกลียดชังผู้คนที่ทำร้ายความรู้สึกผมในช่วงเจ็ดปีที่ผมนอนป่วยอยู่บนเตียง แต่เมื่อผมรู้ถึงความรักของพระเยซูผู้ทรงถูกต

รึงและหลั่งพระโลหิตและน้ำออกมาเพื่อผม ผมจึงอธิษฐานอย่างหนักเพื่อกำจัดความเกลียดชังนั้นทิ้งไป

"จงทูลเรา และเราจะตอบเจ้า และจะสำแดงสิ่งที่ใหญ่ยิ่งและที่มีอำนาจใหญ่โต ซึ่งเจ้าไม่รู้นั้นให้แก่เจ้า" (เยเรมีย์ 33:3)

เมื่อผมอธิษฐานและคิดถึงสภาพของคนที่ผมเกลียดชังเหล่านั้นผมเริ่มเห็นว่าเพราะเขาอยู่ในสถานการณ์ดังกล่าวเขาจึงต้องกระทำเช่นนั้น

เมื่อผมคิดว่าคนเหล่านั้นจะรู้สึกหัวใจสลายมากเพียงใดในขณะที่เขาเฝ้าดูความสิ้นหวังของผม จากนั้นความเกลียดชังทั้งสิ้นที่อยู่ในจิตใจของผมก็มลายไปและผมเริ่มมีความรักให้กับคนทุกประเภทจากส่วนลึกแห่งจิตใจของผม

นอกจากนั้นผมยังจดจำถ้อยคำในพระคัมภีร์ที่บอกเราว่ามีบางสิ่งบางอย่างที่เราต้อง "ทำ" "ไม่ทำ" "รักษา" และ "ละทิ้ง" ผมนำสิ่งเหล่านั้นไปประพฤติตาม ผมเขียนธรรมชาติบาปแต่ละอย่างที่ผมต้องละทิ้งของผมลงไปในสมุดจดและเริ่มกำจัดสิ่งเหล่านั้นทิ้งไปด้วยการอธิษฐานและการอดอาหาร เมื่อผมมั่นใจว่าผมได้กำจัดสิ่งเหล่านั้นทิ้งไปแล้วผมก็จะขีดฆ่าบาปชนิดนั้นทิ้งไปด้วยปากกาหมึกแดง ในที่สุดผมก็สามารถขีดฆ่าธรรมชาติบาปทุกชนิดที่ผมเขียนลงไปในสมุดจดภายในเวลาสามปี

1 ยอห์น 3:9 กล่าวว่า "ผู้ใดบังเกิดจากพระเจ้า ผู้นั้นไม่กระทำบาป เพราะเมล็ดของพระองค์ดำรงอยู่ในผู้นั้น และเขากระทำบาปไม่ได้ เพราะเขาบังเกิดจากพระเจ้า" เมื่อเราหิวกระหายความชอบธรรมพร้อมกับเชื่อฟังและประพฤติตามพระคำของพระเจ้า สิ่งนี้คือหลักฐานยืนยันว่าเราเป็นของพระเจ้า

จงกินเนื้อและดื่มโลหิตของบุตรมนุษย์

อะไรคือสิ่งที่จำเป็นที่สุดสำหรับคนที่หิวกระหาย อาหารที่จะดับความหิวและเครื่องดื่มที่จะดับความกระหายคือสิ่งที่จำเป็นที่สุด อาหารและเครื่องดื่มจะเป็นสิ่งที่มีคุณค่ายิ่งกว่าเพชรนิลจินดาด้วยซ้ำ

พ่อค้าสองคนเข้าไปในเต็นท์แห่งหนึ่งที่ตั้งอยู่ในทะเลทราย ทั้งสองคนเริ่มอวดอ้างถึงเพชรนิลจินดาที่ตนมี ผู้เร่ร่อนชาวอาระเบียคนหนึ่งที่เฝ้าดูพ่อค้าทั้งสองคนอยู่นั้นเริ่มเล่าเรื่องราวของตนให้เขาฟัง

ผู้เร่ร่อนคนนี้เคยชื่นชอบเพชรนิลจินดาอย่างมาก ในขณะที่เขาเดินทางข้ามทะเลทรายเขาเผชิญกับพายุทราย เขาไม่ได้กินอาหารเป็นเวลาหลายวันและหมดสิ้นเรี่ยวแรง เขาพบถุงหนังใบหนึ่งและเปิดถุงนั้นออกมา ปรากฏว่าถุงใบนั้นเต็มไปด้วยไข่มุกซึ่งเขาเคยชื่นชอบมาก

เขามีความสุขจริง ๆ หรือที่เขาพบไข่มุกที่ตนเคยชื่นชอบ เปล่าเลย ที่จริงเขากำลังอยู่ในความสิ้นหวัง สิ่งที่เขาต้องการมากที่สุดในเวลานั้นไม่ใช่ไข่มุกแต่เป็นอาหารและน้ำ ไข่มุกจะมีประโยชน์อะไรในเมื่อท่านกำลังจะอดตาย

ในฝ่ายวิญญาณก็เช่นเดียวกัน พระเยซูตรัสไว้ในยอห์น 6:55 ว่า “เพราะว่าเนื้อของเราเป็นอาหารแท้และโลหิตของเราก็เป็นของดื่มแท้” และพระองค์ตรัสไว้ในยอห์น 6:53 เช่นกันว่า “เราบอกความจริงแก่ท่านทั้งหลายว่าถ้าท่านไม่กินเนื้อและไม่ดื่มโลหิตของเราบุตรมนุษย์ท่านก็ไม่มีชีวิตในตัวท่าน”

นั้นคือ สิ่งที่เราต้องการสำหรับวิญญาณจิตของเราก็คือการ

มีชีวิตนิรันดร์และพระพรของการได้กินเนื้อและโลหิตของพระเยซู

เนื้อของบุตรมนุษย์ในที่นี้เล็งถึงพระคำของพระเจ้า การกินเนื้อของพระองค์จึงหมายถึงอ่านและการจดจำพระคำของพระเจ้าทั้ง 66 เล่มในพระคัมภีร์ไว้ในจิตใจ การดื่มโลหิตของพระเยซูคืออการอธิษฐานด้วยความเชื่อและการประพฤติตามพระคำหลังจากที่เราอ่าน ฟัง และเรียนรู้พระคำของพระเจ้า

ขั้นตอนของการเจริญเติบโตของผู้คนที่หิวกระหายความชอบธรรม

1 ยอห์นบทที่ 2 พูดถึงลักษณะของการเจริญเติบโตของความเชื่อฝ่ายวิญญาณและการรักษาชีวิตนิรันดร์เอาไว้ด้วยการกินเนื้อและดื่มโลหิตของบุตรมนุษย์ไว้โดยละเอียด

“ลูกเล็ก ๆ ทั้งหลายเอ๋ย ข้าพเจ้าเขียนจดหมายถึงท่านเพราะว่าบาปของท่านได้รับการอภัยแล้วเพราะเห็นแก่พระนามของพระองค์ ท่านทั้งหลายที่เป็นบิดาข้าพเจ้าเขียนจดหมายถึงท่าน เพราะท่านทั้งหลายได้รู้จักกับพระองค์ผู้ทรงดำรงอยู่ตั้งแต่เริ่มแรก ท่านทั้งหลายที่เป็นคนหนุ่ม ๆ ข้าพเจ้าเขียนจดหมายถึงท่านเพราะท่านทั้งหลายได้ชัยชนะแก่มารร้าย ท่านทั้งหลายผู้เป็นลูกเล็ก ๆ ข้าพเจ้าเขียนจดหมายถึงท่านเพราะท่านทั้งหลายได้รู้จักกับพระบิดา ท่านทั้งหลายที่เป็นบิดา ข้าพเจ้าเขียนจดหมายถึงท่านเพราะท่านทั้งหลายได้รู้จักกับพระองค์ผู้ทรงดำรงอยู่ตั้งแต่เริ่มแรก ท่านทั้งหลายที่เป็นคนหนุ่ม ๆ ข้าพเจ้าเขียนจดหมายถึงท่านเพราะท่านทั้งหลายมีกำลังมากและพระวจนะของพระเจ้าดำรงอยู่ในท่านทั้งหลายและท่านได้ชัยชนะแก่มารร้ายแล้ว” (1 ยอห์น 2:12-14)

เมื่อคนที่ไม่รู้จักพระเจ้าต้อนรับเอาพระเยซูคริสต์และรับการยกโทษบาป เขาจะได้รับพระวิญญาณบริสุทธิ์ และได้รับสิทธิให้เป็นบุตรของพระเจ้า สิ่งนี้หมายความว่าเขาเป็นเหมือนทารกเกิดใหม่

เมื่อทารกเติบโตขึ้นเป็นเด็กเล็ก ๆ เขาจะรู้จักน้ำพระทัยของพระเจ้ามากขึ้นเหมือนที่เด็กเล็ก ๆ รู้จักพ่อแม่ของตน แต่เขาไม่สามารถประพฤติตามพระคำได้อย่างครบถ้วน สิ่งนี้เป็นเหมือนเด็กเล็ก ๆ ที่รักพ่อแม่ของตนแต่ความคิดของเขายังไม่ลึกซึ้งและเขาไม่สามารถเข้าใจจิตใจของพ่อแม่ของตนได้อย่างสมบูรณ์

หลังจากเขาผ่านช่วงเวลาของการเป็นเด็กฝ่ายวิญญาณไปแล้ว ผู้เชื่อคนนี้จะเข้าสู่การเป็นคนหนุ่มฝ่ายวิญญาณที่พรั่งพร้อมด้วยพระคำและการอธิษฐาน เขารู้ว่าบาปคืออะไรและเรียนรู้จักน้ำพระทัยของพระเจ้า คนหนุ่มมีพลังมาก เขามีความคิดเห็นเป็นของตนเองและบ่อยครั้งเขามักยืนกรานกับความเห็นของตนด้วยเช่นกัน ดังนั้นเขาจึงมีความโน้มเอียงที่จะทำสิ่งที่ผิดพลาด แต่เขามีความมั่นใจและพลังขับเคลื่อนที่จะบรรลุตามเป้าหมายของตน

ในความเป็นคนหนุ่มฝ่ายวิญญาณคนเหล่านี้จะรักพระเจ้าและมีความเชื่อที่เข้มแข็ง ดังนั้นเขาจึงไม่ยอมรับเอาสิ่งที่ไร้สาระของโลกนี้ คนเหล่านี้เต็มล้นด้วยพระวิญญาณบริสุทธิ์และมีความหวังอย่างเปี่ยมล้นในเรื่องแผ่นดินสวรรค์พร้อมกับต่อสู้กับความบาปเมื่อเขาฟังพระคำของพระเจ้า

เขามีกำลังและความกล้าหาญที่จะยืนหยัดต่อสู้กับการทดลองหรือความทุกข์ลำบาก พระคำของพระเจ้าฝังอยู่ในเขา ดังนั้นเขาจึงมีชนะมารร้าย และมีชัยชนะต่อโลก

ชัยชนะเป็นของเขาอยู่เสมอ

เมื่อเขาผ่านช่วงเวลาของคนหนุ่มไปสู่การเป็นเหมือนบิดา คนเหล่านี้จะเป็นผู้ใหญ่ จากประสบการณ์ต่าง ๆ ที่เขามีอยู่ทำให้คนเหล่านี้สามารถคิดอย่างรอบคอบในการตัดสินใจของตนเพื่อจะสามารถวินิจฉัยแต่ละสถานการณ์อย่างถูกต้อง ในบางครั้งเขามีสติปัญญาพอที่จะลดตำแหน่งของตนลงด้วยเช่นกัน

หลายคนพูดว่าเขาเริ่มเข้าใจหัวอกพ่อแม่ของตนเองหลังจากที่เขาให้กำเนิดและเลี้ยงดูลูกของตนเอง เช่นเดียวกัน เราจะเข้าใจพระเจ้าได้ก็ต่อเมื่อเราเป็นเหมือนบิดาฝ่ายวิญญาณเพื่อเราจะรู้ถึงการจัดเตรียมของพระเจ้าและมีความเชื่อในระดับสูงขึ้น

บิดาฝ่ายวิญญาณคือคนที่รู้จักพระเจ้าผู้ทรงดำรงอยู่ตั้งแต่แรกและรู้จักเคล็ดลับของมิติฝ่ายวิญญาณซึ่งรวมถึงการสร้างฟ้าสวรรค์และแผ่นดินโลก เพราะคนที่เป็นบิดารู้จักพระทัยและน้ำพระทัยของพระเจ้าเขาจึงสามารถเชื่อฟังตามน้ำพระทัยของพระเจ้า ด้วยเหตุนี้เขาจึงได้รับความรักและพระพรมากมายจากพระเจ้า เขาจะได้รับพระพรนานาชนิดซึ่งรวมถึงสุขภาพร่างกาย ชื่อเสียง อำนาจ ทรัพย์สินเงินทอง และพระพรเรื่องลูก ๆ ของเขา เป็นต้น

พระพรของการอิ่มบริบูรณ์ในฝ่ายวิญญาณ

หลังจากที่เราบังเกิดใหม่และกลายเป็นบุตรของพระเจ้า เราจะเติบโตขึ้นในฝ่ายวิญญาณและก้าวเข้าไปสู่มิติฝ่ายวิญญาณมากน้อยแค่ไหนนั้นขึ้นอยู่กับว่าเราบริโภคอาหารแท้และเครื่องดื่มแท้เข้าไปมากน้อยเพียงใด เมื่อเรามีความลึกซึ้งในมิติฝ่ายวิญญา

ณมากขึ้น เราก็จะมีอำนาจครอบครองเหนือผีมารซาตานมากขึ้น และเราจะเข้าใจพระทัยที่ลึกซึ้งของพระเจ้าบิดาด้วยเช่นกัน เราสามารถสื่อสารกับพระเจ้าอย่างชัดเจนและได้รับการทรงนำจากพระวิญญาณบริสุทธิ์ในทุกสิ่งเพื่อเราจะจำเริญสุขทุกประการ ชีวิตของการสื่อสารกับพระเจ้าผ่านการเต็มล้นด้วยพระวิญญาณบริสุทธิ์ คือพระพรของการอิ่มบริบูรณ์ที่พระเจ้าทรงมอบกับผู้คนที่หิวกระหายความชอบธรรม

มัทธิว 5:6 กล่าวว่า "บุคคลผู้ใดหิวกระหายความชอบธรรมผู้นั้นเป็นสุขเพราะว่าพระเจ้าจะทรงให้อิ่มบริบูรณ์" ดังนั้นจึงไม่มีเหตุผลอันใดที่จะทำให้คนที่ได้รับพระพรของการอิ่มบริบูรณ์พบกับการทดสอบหรือการทดลอง

แม้จะมีอุปสรรคขัดขวาง แต่พระเจ้าจะทรงจัดเตรียมให้เราสามารถหลีกเลี่ยงอุปสรรคเหล่านั้นโดยการทรงนำของพระวิญญาณบริสุทธิ์ แม้เราจะพบกับความยากลำบาก พระเจ้าจะทรงอนุญาตให้เรารู้หนทางที่จะหลุดพ้นจากความยากลำบากเหล่านั้น เมื่อวิญญาณจิตของเราจำเริญขึ้นเราก็จะจำเริญสุขทุกประการและเราจะมีพลานามัยสมบูรณ์ เราจะเจริญมั่งคั่งในทุกสิ่งเพื่อริมฝีปากของเราจะเต็มไปด้วยคำพยาน

ถ้าเราได้รับการทรงนำจากพระวิญญาณบริสุทธิ์ในลักษณะนี้ เราจะมีกำลังที่จะรู้ถึงความผิดบาปและความชั่วของเราพร้อมกับกำจัดสิ่งเหล่านั้นทิ้งไปได้ไม่ยาก ดังนั้นเราจึงรุดหน้าไปสู่การชำระให้บริสุทธิ์ ในขั้นตอนของการชำระให้บริสุทธิ์ในชีวิตคริสเตียนของเราบางครั้งเราอาจค้นพบสิ่งที่ฝังลึกอยู่ในจิตใจหรือความชั่วร้ายเล็ก ๆ น้อย ๆ ของเรา

ในสถานการณ์เช่นนี้ ถ้าพระวิญญาณบริสุทธิ์ทรงส่องแสงสว่

างของพระองค์เข้าไปในจิตใจของเรา เราก็จะรู้ว่าเราต้องทำสิ่งใด และกระทำสิ่งนั้นจนบรรลุผล เราสามารถก้าวไปสู่ความเชื่อในระดับที่สูงขึ้น

แม้เราจะไม่ทำตามความเท็จและทำบาป แต่ในหลายสถานการณ์เราอาจไม่รู้ว่าแนวทางใดที่เป็นแนวทางซึ่งพระเจ้าพอพระทัย ในกรณีเช่นนี้ ถ้าเรารู้ว่าสิ่งใดคือสิ่งที่พระเจ้าพอพระทัยมากกว่าด้วยการทำงานของพระวิญญาณบริสุทธิ์และกระทำสิ่งนั้น วิญญาณจิตของเราจะจำเริญมากยิ่งขึ้น

ความสำคัญของอาหารแท้และเครื่องดื่มแท้

ผู้เชื่อคนหนึ่งตกอยู่ในความสิ้นหวังอย่างสิ้นเชิงเพราะเขามีหนี้สินท่วมหัว เขาต้องการเข้าหาพระเจ้าและพึ่งพิงพระองค์ ด้วยความเชื่อที่ว่านี่คือความหวังสุดท้ายของตนเขาจึงเริ่มอธิษฐานและฟังพระคำของพระเจ้าจิตใจที่หิวกระหาย

เขาฟังเทปคำเทศนาเมื่อเขาเดินทางไปทำงานและอ่านพระคัมภีร์อย่างน้อยวันละหนึ่งบทพร้อมกับท่องจำพระคัมภีร์ทุกวัน ๆ ละหนึ่งข้อ จากนั้นเขาได้รับการเตือนสติจากพระคำของพระเจ้าตลอดทั้งวันและทำตามพระคำดังกล่าว

แต่ไม่ได้หมายความว่าประตูแห่งพระพรถูกเปิดออกมาทันทีเมื่อเขาแสวงหาน้ำพระทัยของพระเจ้าอย่างจริงจังและอธิษฐานด้วยใจร้อนรน ความเชื่อของเขาก็เติบโตขึ้น วิญญาณจิตของเขาจำเริญขึ้นและธุรกิจของเขาเริ่มได้รับพระพร ในไม่ช้าเขาก็สามารถชำระหนี้สินที่ตนมีอยู่คืนทั้งหมด ทุกวันนี้สิบลดของเขายังคงเพิ่มขึ้นอย่างต่อเนื่อง

เช่นเดียวกัน ถ้าเราหิวกระหายความชอบธรรมอย่างแท้จริง (เหมือนคนที่หิวข้าวและกระหายน้ำ) เราจะบรรลุถึงความชอบธรรม ผลลัพธ์ก็คือเราจะได้รับพระพรในเรื่องสุขภาพและทรัพย์สินเงินทอง เราจะได้รับความไพบูลย์และการดลใจของพระวิญญาณบริสุทธิ์ และสามารถสื่อสารกับพระเจ้า เราจะทำให้แผ่นดินของพระเจ้าสำเร็จอย่างเต็มที่

"ผมคิดถึงพระเจ้า อ่านพระคัมภีร์ และภาวนาพระคำของพระองค์มากแค่ไหนในแต่ละวัน"

"ผมอธิษฐานและพยายามประพฤติตามพระคำของพระเจ้าจริงจังเพียงใด"

ขอให้เราตรวจสอบตนเองด้วยวิธีนี้ จงหิวกระหายความชอบธรรมจนกว่าองค์พระผู้เป็นเจ้าจะเสด็จกลับมาเพื่อเราจะได้รับพระพรของความอิ่มบริบูรณ์ฝ่ายวิญญาณจากพระเจ้าพระบิดาของเรา

จากนั้นเราจะสามารถสื่อสารกับพระเจ้าอย่างลึกซึ้งและรับการทรงนำไปสู่วิถีแห่งชีวิตที่เจริญรุ่งเรือง ที่สำคัญกว่านั้นเพื่อเราจะเข้าสู่สถานที่อันรุ่งเรืองในแผ่นดินสวรรค์

บทที่ 5

พระพรประการที่ห้า

มัทธิว 5:7

"บุคคลผู้ใดมีใจกรุณา ผู้นั้นเป็นสุข
เพราะว่าเขาจะได้รับพระกรุณาตอบ"

ชอน วัลชอนในวรรณกรรมเรื่อง "เหยื่ออธรรม" (Les Miserables) ถูกจำคุกเป็นเวลา 19 ปีเพียงเพราะเขาขโมยขนมปังก้อนเดียว หลังจากเขาถูกปล่อยตัวออกมา บาทหลวงท่านหนึ่งได้ให้ที่พักพิงและอาหารกับเขา แต่เขากลับขโมยเชิงเทียนที่ทำจากเงินของบาทหลวงท่านนั้นและหลบหนีไป เขาถูกตำรวจนักสืบจับตัวและถูกนำมาพบบาทหลวงคนนั้นอีกครั้งหนึ่ง

เพื่อช่วยเขาให้พ้นผิดบาทหลวงท่านนั้นบอกตำรวจว่าตนเป็นคนมอบเชิงเทียนชิ้นนั้นให้กับชอน วัลชอนเอง ตำรวจคนนั้นหายสงสัยหลังจากที่บาทหลวงท่านนั้นย้อนถามชอน วัลชอนว่า "ทำไมลูกจึงไม่เอาชามกลมไปด้วยล่ะ"

จากเหตุการณ์นี้ชอน วัลชอนได้เรียนรู้จักความหมายของรักแท้และการยกโทษและเขาเริ่มต้นชีวิตใหม่ แต่จากนั้นนักสืบจาเวิร์ทติดตามตัววัลชอนไปทุกฝีเก้าและสร้างปัญหาให้กับเขาอย่างต่อเนื่อง ต่อมาภายหลังวัลชอนได้ช่วยชีวิตของนักสืบจาเวิร์ทได้พ้นจากการถูกยิงเสียชีวิต วัลชอนกล่าวว่า "มีหลายสิ่งหลายอย่างที่กว้างใหญ่ไพศาล เช่น ทะเล แผ่นดินโลก และท้องฟ้า แต่การยกโทษเป็นสิ่งที่กว้างใหญ่กว่า"

การมีความกรุณาต่อผู้อื่น

ถ้าเรายกโทษให้กับคนอื่นด้วยความเมตตา เราก็สามารถสัมผัสจิตใจของเขาและเปลี่ยนจิตใจของเขาได้ ความกรุณาคืออะไร

ความกรุณาเป็นหัวใจที่พร้อมที่จะยกโทษ อธิษฐานเผื่อ และให้คำแนะนำด้วยความรักกับคนอื่นแม้คนนั้นจะทำบาปหรือสร้างปัญหาให้กับเราโดยตรง ความกรุณาคล้ายคลึงกับความดีที่เป็นห

นึงในผลเก้าชนิดของพระวิญญาณบริสุทธิ์ตามที่ปรากฏอยู่ในกาลาเทียบทที่ 5 แต่ความกรุณาลึกซึ้งกว่านั้น

ความดีคือหัวใจที่ทำตามความดีเท่านั้นโดยไม่มีความชั่วร้ายและความดีนี้ปรากฏอยู่ในพระทัยของพระเยซูผู้ไม่ทรงทะเลาะวิวาทหรือร้องเสียงดัง

"ท่านจะไม่ทะเลาะวิวาทและไม่ร้องเสียงดัง ไม่มีใครได้ยินเสียงของท่านตามถนน ไม้อ้อช้ำแล้วท่านจะไม่หัก ไส้ตะเกียงเป็นควันแล้วท่านจะไม่ดับ กว่าท่านจะทำให้การพิพากษามีชัยชนะ" (มัทธิว 12:19-20)

การไม่หักไม้อ้อที่ช้ำแล้วหมายความว่าแม้บางคนจะทำสิ่งที่ชั่วร้าย องค์พระผู้เป็นเจ้าจะไม่ลงโทษเขาทันที แต่พระองค์จะอดกลั้นกับเขาจนกว่าเขาจะได้รับความรอด ยกตัวอย่าง พระเยซูทรงทราบว่ายูดาสอิสคาริโอทจะขายพระองค์ในภายหลัง แต่พระองค์ทรงแนะนำเขาด้วยความรักและพยายามที่จะทำให้เขาเข้าใจจนวินาทีสุดท้าย

การไม่ดับเสียงตะเกียงเป็นควัน (ที่ริบหรี่) หมายความว่าพระเจ้าจะไม่ทรงละทิ้งบุตรของพระองค์ทันทีแม้เขาจะไม่ได้ดำเนินชีวิตตามความจริง แม้เราจะทำบาปเนื่องจากเราไม่สมบูรณ์แบบ พระเจ้าจะทรงให้เราสำนึกบาปโดยทางพระวิญญาณบริสุทธิ์ และทรงอดกลั้นกับเราจนถึงที่สุดเพื่อเราจะเปลี่ยนแปลงด้วยความจริง

"ความกรุณา" คือการเข้าใจ การยกโทษ และการชี้นำคนอื่นไปสู่หนทางที่ถูกต้องด้วยหัวใจขององค์พระผู้เป็นเจ้าแม้คนเหล่านั้นจะทำสิ่งที่ไม่ดีกับเราโดยไม่มีเหตุผล ความเมตตาคือการไม่คิ

ดจากมุมมองของเราตามผลประโยชน์ของตนเอง แต่เป็นการคิดจากมุมมองของคนอื่นเพื่อเราจะเข้าใจคนอื่นและสำแดงความเมตตาต่อเขา

พระเยซูทรงยกโทษหญิงที่ล่วงประเวณี

ในยอห์นบทที่ 8 พวกฟาริสีและพวกธรรมาจารย์นำตัวหญิงที่ถูกจับฐานล่วงประเวณีมาหาพระเยซู เพื่อทดสอบพระองค์คนเหล่าจึงถามพระองค์ว่า

"ในพระราชบัญญัตินั้นโมเสสสั่งให้เราเอาหินขว้างคนเช่นนี้ให้ตาย ส่วนท่านจะว่าอย่างไรในเรื่องนี้" (ข้อ 5) ลองวาดภาพสถานการณ์นี้ดูซิ ผู้หญิงที่ล่วงประเวณีคงตัวสั่นเพราะความอายจากการถูกเปิดโปงเรื่องความบาปต่อหน้าคนอื่นและเพราะความกลัวตาย

พวกฟาริสีและพวกธรรมาจารย์ที่เต็มไปด้วยเจตนาร้ายไม่ได้ให้ความสนใจกับหญิงคนนั้นที่เต็มไปด้วยความกลัว คนเหล่านั้นกลับภาคภูมิใจที่เขาสามารถวางกับดักพระเยซู ประชาชนบางคนที่เฝ้าดูภาพเหตุการณ์อยู่คงหยิบก้อนหินไว้ในมือเพื่อพิพากษาเธอตามธรรมบัญญัติ

พระเยซูทรงทำอะไร พระองค์ทรงน้อมพระกายลงเอานิ้วพระหัตถ์เขียนที่ดิน พระองค์ทรงเขียนชื่อของบาปซึ่งเป็นที่รู้จักกันโดยทั่วไปของผู้คนที่อยู่ในที่แห่งนั้น จากนั้นพระองค์จึงทรงลุกขึ้นและตรัสว่า "ผู้ใดในพวกท่านที่ไม่มีบาปก็ให้ผู้นั้นเอาหินขว้างเขาก่อน" (ข้อ 7)

ชาวยิวเหล่านั้นรู้สึกอับอายหลังจากที่เขาถูกตักเตือนในเรื่องบาปของตนและพวกเขาจึงเดินออกไปจากที่แห่งนั้นทีละคน ในที่สุดก็เหลือแต่พระเยซูและผู้หญิงคนนั้นอยู่ที่นั่น พระเยซูทรงยกโทษให้เธอและตรัสว่า "เราก็ไม่เอาโทษเจ้าเหมือนกัน จงไปเถิด และอย่าทำบาป" (ข้อ 11) ผู้หญิงคนนั้นคงไม่มีวันลืมเหตุการณ์นี้ไปจนตลอดชีวิตของเธอ นับจากวันนั้นเป็นต้นมาเธอคงไม่ทำบาปอีก

เช่นเดียวกัน การแสดงความกรุณาอาจปรากฏออกมาในหลายรูปแบบและอาจแยกออกเป็นความกรุณาในเรื่องการยกโทษ ความกรุณาในเรื่องการลงโทษ และความกรุณาในเรื่องความรอด

ความกรุณาในเรื่องความรอดอย่างไม่จำกัด

ผู้คนที่ต้อนรับเอาพระเยซูคริสต์เป็นพระผู้ช่วยให้รอดของตนล้วนได้รับพระกรุณาอันยิ่งใหญ่ของพระเจ้า ถ้าปราศจากพระเมตตากรุณาของพระเจ้าเราต้องตกนรกเนื่องจากบาปของเราและทนทุกข์ทรมานชั่วนิรันดร์

แต่พระเยซูทรงหลั่งพระโลหิตของพระองค์บนกางเขนเพื่อไถ่มนุษย์ให้พ้นจากความผิดบาปของตน เมื่อเราเชื่อในเรื่องนี้เราก็จะได้รับการยกโทษโดยไม่ต้องเสียมูลค่าและได้รับความรอด นี่คือพระกรุณาของพระเจ้า

แม้แต่ในเวลานี้พระเจ้าทรงกำลังรอคอยดวงวิญญาณมากมายด้วยพระทัยที่จดจ่อเพื่อคนเหล่านั้นหันมาสู่หนทางแห่งความรอดเหมือนดังพ่อแม่ที่เฝ้ารอคอยการกลับมาของลูกที่หนีออกจากบ้านด้วยความห่วงใย

นอกจากนั้น แม้บางคนจะทำร้ายความรู้สึกของพระเจ้าอย่างมาก แต่ถ้าเขากลับใจอย่างแท้จริงและหันหลังกลับ พระเจ้าจะไม่ทรงตำหนิเขาว่า “ทำไมเจ้าจึงทำให้เราผิดหวังมากถึงเพียงนี้ ทำไมเจ้าจึงทำบาปมากมายขนาดนั้นเล่า” แต่พระเจ้าจะทรงโอบอุ้มเราไว้ด้วยความรักของพระองค์

“พระเยโฮวาห์ตรัสว่า ‘มาเถิด ให้เราสู้ความกัน ถึงบาปของเจ้าเหมือนสีแดงเข้มก็จะขาวอย่างหิมะ ถึงมันจะแดงอย่างผ้าแดงก็จะกลายเป็นอย่างขนแกะ’” (อิสยาห์ 1:18)

“ตะวันออกไกลจากตะวันตกเท่าใด พระองค์ทรงปลดการละเมิดของเราจากเราไปไกลเท่านั้น” (สดุดี 103:12)

เมื่อมีคนทำผิดมาก่อน ถ้าเขากลับใจและหันหลังกลับแล้ว คนที่มีความกรุณาจะไม่จดจำความผิดในอดีตของเขาโดยคิดว่า “เขาเคยทำบาปที่ร้ายแรงมาก่อน” คนที่มีความกรุณาจะไม่แยกตัวออกห่างคนเหล่านี้หรือไม่ชอบเขา แต่จะยกโทษให้กับเขา คนที่มีความกรุณาจะหนุนใจเขาเพื่อให้เขาทำดียิ่งขึ้น

คำอุปมาเรื่องทาสที่ไม่ยอมให้อภัย

วันหนึ่งเปโตรมาทูลถามพระเยซูในเรื่องการยกโทษว่า “พระองค์เจ้าข้า หากพี่น้องของข้าพระองค์จะกระทำผิดต่อข้าพระองค์เรื่อยไป ข้าพระองค์ควรจะยกความผิดของเขาสักกี่ครั้งถึงเจ็ดครั้งหรือ” (มัทธิว 18:21) เปโตรคิดว่าการยกโทษให้คนอื่นเจ็ดครั้งก็ถือเป็นการกระทำที่มีน้ำใจแล้ว แต่พระเยซูตรัสตอบว่า “เรามิได้ว่าเพียงเจ็ดครั้งเท่านั้น แต่เจ็ดสิบครั้งคูณด้วยเจ็ด” (มัทธิว 18:22)

สิ่งนี้ไม่ได้หมายความว่าเราควรยกโทษให้คนอื่น 490 ครั้ง (7 ครั้งคูณด้วย 70 ครั้ง) เลข 7 เป็นหมายเลขแห่งความสมบูรณ์แบบ "7 ครั้งคูณ 70 ครั้ง" จึงหมายความว่าเราต้องยกโทษให้คนอื่นอย่างสมบูรณ์แบบโดยไม่จำกัด จากนั้นพระเยซูทรงสอนเกี่ยวกับความกรุณาในเรื่องการยกโทษด้วยคำอุปมา

เจ้าองค์หนึ่งมีทาสหลายคน หนึ่งในทาสเหล่านั้นเป็นท่านอยู่หนึ่งหมื่นตะลันต์ ในเวลานั้นหนึ่งตะลันต์มีค่าประมาณสองหมื่นบาท ดังนั้นหนึ่งหมื่นตะลันต์จึงมีค่าประมาณ 200 ล้านบาท ทาสคนนี้จะหาเงินจำนวนมากมายขนาดนั้นมาจากไหน

เจ้าองค์นั้นบอกให้เขาขายภรรยา ลูก และสิ่งของทั้งสิ้นที่เขามีอยู่เพื่อนำเงินมาใช้หนี้คืน ทาสคนนั้นจึงกราบลงวิงวอนว่า "ข้าแต่ท่าน ขอโปรดผัดไว้ก่อนแล้วข้าพเจ้าจะใช้หนี้สินทั้งสิ้น" (ข้อ 26) เพราะเจ้าองค์นั้นมีใจเมตตาท่านจึงโปรดยกหนี้ให้และปล่อยตัวเขาไป

ทาสที่ได้รับการยกหนี้จำนวนมหาศาลคนนี้พบกับเพื่อนทาสอีกคนหนึ่งที่เป็นหนี้เขา 100 เดนาริอัน เดนาริอันเป็นเงินเหรียญของจักรภพโรมและหนึ่งเดนาริอันมีค่าเท่ากับแรงงานกรรมกรคนหนึ่ง ถ้าสมมุติว่ากรรมกรคนหนึ่งได้รับค่าแรงงานวันละ 200 บาท เพื่อนทาสคนนั้นก็เป็นหนี้เขาอยู่ประมาณ 2 หมื่นบาทซึ่งเป็นจำนวนที่เล็กน้อยมากเมื่อเทียบกับเงิน 200 ล้านบาทที่เขาได้รับการยกหนี้

แต่ทาสที่ได้รับการยกหนี้คนนั้นกลับจับตัวเพื่อนทาสคนนั้นและบีบคอเขาพร้อมกับพูดว่า "จงใช้หนี้ให้ข้า" จากนั้นเพื่อนทา

สของเขาคนนั้นจึงกราบลงอ้อนวอนว่า "ขอโปรดผัดไว้ก่อนแล้วข้าพเจ้าจะใช้ให้" แต่เขาไม่ยอมทำตามที่เพื่อนทาสของตนขอร้อง และจับทาสคนนั้นจองจำไว้

เมื่อเจ้าองค์นั้นทราบถึงความจริงข้อนี้ ท่านโกรธมากพร้อมกับสั่งให้นำตัวทาสคนนั้นมาและกล่าวกับเขาว่า "อ้ายข้าชาติชั่ว เราได้โปรดยกหนี้ให้เอ็งหมดเพราะเอ็งได้อ้อนวอนเรา เอ็งควรจะเมตตาเพื่อนทาสด้วยกันเหมือนเราได้เมตตาเอ็งมิใช่หรือ" และสั่งให้จองจำทาสคนนั้นเอาไว้จนกว่าเขาจะใช้หนี้หมด (มัทธิว 18:32-33)

สำหรับเราก็เช่นเดียวกัน เราทั้งหลายที่ถูกกำหนดไว้สำหรับความตายเนื่องจากบาปล้วนได้รับการยกโทษบาปของเราโดยไม่ต้องจ่ายมูลค่าด้วยความรักของพระเยซูคริสต์ แต่ถ้าเราไม่ยอมยกโทษความผิดเล็ก ๆ น้อย ๆ ของคนอื่นแต่กลับพิพากษาและกล่าวประณามเขา สิ่งนั้นจะชั่วร้ายเพียงใด

จงมีจิตใจกว้างขวางเพื่อยกโทษให้กับคนอื่น

แม้เราจะพบกับความสูญเสียเนื่องจากคนอื่น เราก็ไม่ควรรังเกียจหรือหลีกเลี่ยงเขา แต่เราควรเข้าใจและโอบอุ้มเขาไว้ เมื่อเราทำเช่นนี้ เราจะมีจิตใจที่กว้างขวางจนสามารถโอบอุ้มคนจำนวนมากเอาไว้

ถ้าเรามีความกรุณาเราจะไม่เกลียดชังผู้ใดหรือรู้สึกขุ่นเคืองใคร แม้คนอื่นจะทำสิ่งที่ไม่ถูกต้องในสายพระเนตรของพระเจ้า อันดับแรกเราควรแนะนำเขาด้วยความรักแทนที่เราจะลงโทษเขาก่อน

นอกจากนั้น ในการแนะนำกับคนอื่น บางคนอาจมีความรู้สึกอึดอัดใจกับสิ่งที่คนอื่นทำและทำร้ายความรู้สึกของคนอื่นในขณะที่ให้คำแนะนำ คนที่กระทำเช่นนี้ไม่ควรคิดว่าตนให้คำแนะนำด้วยความรัก แม้เขาจะอ้างพระคำแห่งความจริง ถ้าเขาไม่ทำด้วยความรัก เขาก็จะไม่ได้รับการทรงนำด้วยพระวิญญาณบริสุทธิ์ ดังนั้นเขาจะไม่สามารถเปลี่ยนใจของคนอื่น แม้ในยามที่ผู้บังคับบัญชาทำสิ่งที่ไม่ถูกต้องต่อคนที่อยู่ใต้บังคับบัญชาของตน 1 เปโตร 2:18 กล่าวว่า "ท่านทั้งหลายที่เป็นผู้รับใช้ จงเชื่อฟังนายของท่านด้วยความยำเกรงทุกอย่าง ไม่ใช่เฉพาะนายที่เป็นคนใจดีและสุภาพเท่านั้น แต่ทั้งนายที่ร้ายด้วย" ด้วยเหตุนี้ เราต้องเชื่อฟังและทำตามด้วยความถ่อมใจและอธิษฐานเผื่อคนเหล่านั้นด้วยความรัก

นอกจากนั้น เมื่อผู้ที่อยู่ใต้บังคับบัญชาทำสิ่งที่ไม่ถูกต้องต่อผู้บังคับบัญชาของตน ผู้บังคับบัญชาไม่ควรตำหนิผู้ใต้บังคับบัญชาของตนทันทีหรือปล่อยเขาไปเพียงเพราะต้องการรักษาความสงบในเวลานั้น แต่เขาควรสั่งสอนผู้ใต้บังคับบัญชาของตนด้วยพระคำเพื่อให้เขาเข้าใจอย่างถูกต้อง นี่เป็นความกรุณาด้วยเช่นกัน เมื่อผู้บังคับบัญชาห่วงใยผู้ใต้บังคับบัญชาของตนด้วยความรักและความกรุณาและชี้นำเขาด้วยความดี คนเหล่านี้ก็สามารถยืนหยัดอยู่ในความถูกต้อง นอกจากนั้น ผู้บังคับบัญชาจะรู้สึกได้รับรางวัลเนื่องจากเขาทำหน้าที่ของตนในการชี้นำและการบริหารผู้ใต้บังคับบัญชาที่อยู่ในความการดูแลของตน

ไม่ว่าเราจะอยู่ในสถานการณ์ใดก็ตามเราควรเข้าใจมุมมองของคนอื่น เราต้องอธิษฐานเผื่อเขาและให้คำแนะนำกับเขาด้วยควา

มรักซึ่งเป็นสิ่งที่ทำให้เราสามารถสละแม้กระทั่งชีวิตของตน เมื่อเรามีความรักประเภทนี้เราอาจต้องลงโทษแม้กระทั่งคนที่เดินทางผิดตามความจำเป็นเพื่อนำเขากลับสู่ความจริง

ความกรุณาในการลงโทษด้วยความรัก

นอกเหนือจากความกรุณาในเรื่องการยกโทษแล้วยังมีความกรุณาในเรื่องการลงโทษด้วยเช่นกัน ความกรุณาประเภทนี้ปรากฏอยู่ในรูปของการลงโทษตามสถานการณ์ ความกรุณาในเรื่องการลงโทษไม่ได้กระทำขึ้นด้วยความเกลียดชังหรือการกล่าวประณาม สิ่งนี้ถือกำเนิดมาจากความรัก

"เพราะองค์พระผู้เป็นเจ้าทรงตีสอนผู้ที่พระองค์ทรงรัก และเมื่อพระองค์ทรงรับผู้ใดเป็นบุตร พระองค์ก็ทรงเฆี่ยนตีผู้นั้น ถ้าท่านทั้งหลายทนเอาการตีสอน พระเจ้าย่อมทรงปฏิบัติต่อท่านเหมือนท่านเป็นบุตร ด้วยว่ามีบุตรคนใดเล่าที่บิดาไม่ได้ตีสอนเขาบ้าง แต่ถ้าท่านทั้งหลายไม่ได้ถูกตีสอนเช่นเดียวกับคนทั้งปวง ท่านก็ไม่ได้เป็นบุตร แต่เป็นลูกที่ไม่มีพ่อ" (ฮีบรู 12:6-8)

พระเจ้าทรงรักบุตรของพระองค์ ดังนั้นพระองค์จึงทรงอนุญาตให้เขาถูกลงโทษในบางครั้ง พระเจ้าทรงช่วยบุตรของพระองค์ให้หันกลับจากบาปของตนด้วยวิธีการนี้

สมมุติว่าลูกของท่านขโมยของสิ่งบางอย่างมา แม้ความรักคือการปรับปรุงแก้ไขลูก แต่คงมีพ่อแม่ไม่กี่คนที่จะทุบตีลูกของตนด้วยไม้เรียวเมื่อเขาทำผิดครั้งแรก ถ้าลูกกลับใจด้วยน้ำตาและด้วยหัวใจของตนพ่อแม่ส่วนใหญ่จะกอดเขาอย่างอบอุ่นและพูดว่า

"ครั้งนี้พ่อแม่จะยกโทษให้ลูก แต่อย่าทำสิ่งนั้นอีก"
ถ้าลูกพูดว่าเขาเสียใจและเขาจะไม่ทำสิ่งนั้นอีก แต่ในการประพฤติเขากลับหันไปทำสิ่งนั้นอีก พ่อแม่ควรทำประการใด
พ่อแม่ควรพยายามอย่างเต็มที่ในการให้คำแนะนำกับเขา แต่ถ้าเขาไม่ฟังพ่อแม่ต้องใช้ไม้เรียวแม้สิ่งนี้จะทำให้หัวใจของพ่อแม่แตกสลายก็ตามเพื่อว่าเขาจะจดจำไว้ในส่วนลึกแห่งจิตใจของตน เพราะพ่อแม่รักลูกของตนเขาจึงลงโทษลูกเพื่อให้ลูกหันกลับก่อนที่ลูกจะถลำลึกลงไปมากกว่านั้น

เมื่อลูกทำบาป

โจรที่ยืนอยู่ต่อหน้าศาลขอร้องกับเจ้าหน้าที่เพื่อขอพบแม่ของตนก่อนการดำเนินคดี เมื่อเขาพบกับแม่เขาร้องไห้ออกมาพร้อมกับพูดว่าเป็นความผิดของแม่ที่เขาเป็นโจร เขาบอกกับแม่ว่าเขากลายเป็นโจรเพราะแม่ไม่ได้ลงโทษเขาในครั้งแรกเมื่อเขาขโมยของบางอย่างในวัยเด็ก

เมื่อถูกถามว่าทำไมพ่อแม่จึงไม่ลงโทษลูกของตนเมื่อลูกทำผิด พ่อแม่ส่วนใหญ่จะตอบว่าเพราะเขารักลูก แต่สุภาษิต 13:24 กล่าวว่า "บุคคลที่สงวนไม้เรียวก็เกลียดบุตรชายของตน แต่ผู้ที่รักเขาพยายามตีสอนเขาทันเวลา"

ถ้าเราเอาแต่โอ๋ลูกของเราอยู่ตลอดเวลาว่า "โอ้ ลูกรักของแม่" แม้ในยามที่ลูกทำผิดเราก็ยังคิดว่าเขาน่ารัก เพราะความรักฝ่ายเนื้อหนังในลักษณะนี้นี่เองจึงทำให้พ่อแม่หลายคนไม่รู้จักแยกแยะระหว่างสิ่งที่ถูกกับสิ่งที่ผิดและวินิจฉัยอย่างผิด ๆ

นอกจากนั้น แม้ในยามที่ลูกประพฤติตนไม่เหมาะสมอย่างต่อ

เนื่อง แต่พ่อแม่หลายคนกลับยอมรับพฤติกรรมเช่นนั้นโดยไม่ยอมกำราบลูกของตน จากนั้นพฤติกรรมของเด็กจะถูกชี้นำไปในทางที่ผิดเพิ่มมากขึ้น

ยกตัวอย่าง ใน 1 ซามูเอลบทที่ 2 เราเห็นโฮฟนีและฟีเนหัสบุตรชายสองคนของเอลีเข้าหาหญิงที่ปรนนิบัติอยู่ทางเข้าเต็นท์ แต่เอลีเพียงแค่กล่าวกับบุตรชายทั้งสองคนว่า "ลูกเราเอ๋ย อย่าทำเลย เราได้ยินประชากรของพระเจ้าเล่าแพร่ทั่วไปเป็นเรื่องที่ไม่ดีเลย" (ข้อ 24) บุตรชายทั้งสองคนยังคงทำบาปอย่างต่อเนื่องและพบกับความตายอย่างน่าเวทนา

ถ้าปุโรหิตเอลีตักเตือนบุตรชายของท่านอย่างเข้มงวดและตำหนิเขาอย่างรุนแรงตามความจำเป็นในบางครั้งเพื่อให้เขาเดินอยู่ในทางที่ถูกต้อง บุตรชายทั้งสองคนของท่านคงไม่ออกนอกลู่นอกทางมากถึงเพียงนั้น ทั้งสองคนไปถึงจุดที่เขาไม่สามารถหันกลับเนื่องจากบิดาของเขาไม่ได้เลี้ยงดูเขาอย่างถูกต้อง

แม้ในการลงโทษแบบเดียวกัน ถ้าไม่มีความรักในการลงโทษนี้ เราก็พูดไม่ได้เช่นกันว่าสิ่งนั้นเป็นความกรุณา สมมุติว่าลูกของเพื่อนบ้านท่านคนหนึ่งขโมยของบางสิ่งไปจากท่าน ท่านจะทำอย่างไร

คนที่มีความดีจะมีความกรุณาต่อเด็กคนนั้นและจะยกโทษให้กับเขาจากหัวใจของตนถ้าเด็กคนนั้นขอการยกโทษ แต่คนที่ปราศจากความดีจะโกรธเด็กคนนั้นและดุด่าเขา หรือแม้เด็กจะขอการยกโทษ คนที่ไม่มีความดีจะยังคงเรียกร้องให้มีการลงโทษ หรือเขาอาจเปิดโปงเรื่องนั้นให้คนมากมายทราบ หรือจดจำเรื่องนั้นไว้เป็นเวลานานและมีอคติกับเด็กคนนั้น

การลงโทษเช่นนี้เกิดจากความเกลียดชัง ดังนั้นสิ่งนี้จึงไม่ใช่ความกรุณา การลงโทษเช่นนี้ไม่อาจเปลี่ยนแปลงคนอื่นได้ เมื่อเราลงโทษเราต้องลงโทษเขาด้วยความรักโดยคำนึงถึงสถานการณ์และอนาคตของเขาเพื่อให้การลงโทษนั้นเป็นการลงโทษด้วยความกรุณา

เมื่อพี่น้องในความเชื่อทำบาป

เมื่อพี่น้องในความเชื่อทำบาป พระคัมภีร์บอกเราโดยละเอียดว่าเราควรดำเนินการอย่างไรกับเขา

"หากว่าพี่น้องของท่านผู้หนึ่งทำการละเมิดต่อท่าน จงไปแจ้งความผิดบาปนั้นแก่เขาสองต่อสองเท่านั้น ถ้าเขาฟังท่าน ท่านจะได้พี่น้องคืนมา แต่ถ้าเขาไม่ฟังท่าน จงนำคนหนึ่งหรือสองคนไปด้วย ให้เป็นพยานสองสามปาก เพื่อทุกคำจะเป็นหลักฐานได้ ถ้าเขาไม่ฟังคนเหล่านั้น จงไปแจ้งความต่อคริสตจักร แต่ถ้าเขายังไม่ฟังคริสตจักรอีกก็ให้ถือเสียว่า เขาเป็นเหมือนคนต่างชาติและคนเก็บภาษี" (มัทธิว 18:15-17)

เมื่อเราเห็นพี่น้องในความเชื่อทำบาปเราไม่ควรแพร่กระจายการกระทำของเขาไปสู่คนอื่น อันดับแรกเราต้องพูดกับเป็นส่วนตัวเพื่อเขาจะหันหลังกลับ ถ้าเขาไม่ฟังเราควรนำคนที่มีตำแหน่งสูงกว่าในกลุ่มของเขาไปพูดกับเขาเพื่อให้เขาหันหลังกลับ

ถ้าเขายังไม่ฟัง เราต้องนำเรื่องนี้ไปแจ้งให้กับผู้มีอำนาจในคริสตจักรเพื่อนำเขาไปสู่หนทางแห่งความรอด แต่ถ้าเขายังไม่ฟัง

ผู้มีอำนาจในคริสตจักร พระคัมภีร์บอกว่าเราต้องถือว่าเขาเป็นเหมือนคนที่ไม่เชื่อ เราไม่ควรพิพากษาหรือกล่าวประณามเขาแม้คนนั้นได้ทำบาปร้ายแรงเพียงใดก็ตาม เราจะได้รับพระกรุณาจากพระเจ้าได้ก็ต่อเมื่อเราสำแดงความรักและความกรุณาต่อเขาเท่านั้น

ความกรุณาในการอนุเคราะห์

สิ่งที่ชัดเจนก็คืออบุตรของพระเจ้าต้องดูแลคนที่ขัดสนและสำแดงความกรุณาต่อเขา เมื่อพี่น้องในความเชื่อพบกับความยากลำบาก ถ้าเราเพียงแค่พูดว่าเราเสียใจโดยไม่ได้สำแดงการกระทำใดออกมา เราก็ไม่อาจพูดว่าเรามีความกรุณา ความกรุณาในการอนุเคราะห์ในสายพระเนตรของพระเจ้าคือการแบ่งปันสิ่งที่เรามีให้กับพี่น้องที่ขัดสน

ยากอบ 2:15-16 กล่าวว่า "ถ้าพี่น้องชายหญิงคนใดเปลือยเปล่าและขาดแคลนอาหารประจำวันและมีคนใดในพวกท่านกล่าวแก่เขาว่า 'เชิญไปเป็นสุขเถิด ขอให้อบอุ่นและอิ่มเถิด' และไม่ได้ให้สิ่งซึ่งจำเป็นต่อร่างกายแก่เขา จะเป็นประโยชน์อะไรเล่า"

บางคนอาจพูดว่า "ผมอยากช่วยเขาจริง ๆ แต่ผมไม่มีอะไรที่จะให้เขาเลย" แต่มีพ่อแม่คนใดที่จะยอมเฝ้าดูลูกของตนอดตายเพียงเพราะเขามีปัญหาทางด้านการเงินบ้างในทำนองเดียวกัน เราทำกับลูกของเราอย่างไรเราก็ควรกระทำแบบเดียวกันกับพี่น้องของเรา

คนที่ถูกลงโทษเนื่องจากบาปของตน

เมื่อเราสำแดงความกรุณาและให้ความช่วยเหลือคนที่ขัดสนเราต้องจดจำบางสิ่งบางอย่างเอาไว้ เราไม่ควรให้ความช่วยเหลือคนที่ประสบกับความยากลำบากเพราะเขาทำบาปต่อพระเจ้า นี่คือต้นเหตุของปัญหาที่เกิดขึ้นกับเขา

ในรัชกาลของกษัตริย์เรโหโบอัมแห่งอาณาจักรอิสราเอลมีผู้เผยพระวจนะคนหนึ่งชื่อโยนาห์ ในหนังสือโยนาห์เราเห็นผู้คนตกอยู่ในสถานการณ์ที่ยากลำบากพร้อมกับผู้เผยพระวจนะโยนาห์ที่ไม่เชื่อฟังพระเจ้า

วันหนึ่งพระเจ้าทรงสั่งให้โยนาห์ไปยังเมืองนีนะเวห์ซึ่งเป็นเมืองหลวงของประเทศที่เป็นปฏิปักษ์กับอิสราเอลและประกาศถึงคำกล่าวโทษของพระเจ้ากับคนในเมืองนั้น ทั้งนี้ก็เพราะว่าเมืองนีนะเวห์เต็มไปด้วยความบาปและพระเจ้าจะทำลายเมืองนั้น

โยนาห์รู้ว่าถ้าผู้คนในเมืองนีนะเวห์กลับใจหลังจากที่เขาได้ยินถึงการกล่าวโทษของพระเจ้าคนเหล่านั้นจะหนีพ้นจากการถูกทำลาย โยนาห์รู้จักพระทัยของพระเจ้าผู้ทรงมีพระเมตตาอย่างไม่จำกัดและทรงเป็นความรัก สิ่งนั้นเป็นเหมือนการช่วยเหลืออัสซีเรียซึ่งเป็นปฏิปักษ์กับอิสราเอล ดังนั้นโยนาห์จึงไม่เชื่อฟังพระคำของพระเจ้าและหนีขึ้นเรือกำปั่นลำหนึ่งที่มุ่งหน้าไปยังเมืองทารชิช

พระเจ้าทรงขับกระแสลมพายุใหญ่ขึ้นเหนือทะเลและผู้คนที่อยู่บนเรือโยนสินค้าที่อยู่ในเรือลงในทะเลและพบกับความสูญเสียครั้งใหญ่ ในที่สุดคนเหล่านั้นจึงรู้ว่าสิ่งเหล่านั้นเกิดขึ้นเพราะโยนาห์ไม่เชื่อฟังพระเจ้า เขารู้ว่าพายุจะหยุดถ้าเขาโยนโยนาห์ลงไ

ปในทะเลตามคำบอกเล่าของโยนาห์ แต่เพราะความเห็นใจโยนาห์คนเหล่านั้นจึงทำตามที่โยนาห์บอกไม่ได้ คนเหล่านั้นต้องทนทุกข์ต่อไปจนกระทั่งเขาโยนโยนาห์ลงในทะเล

ตัวอย่างในเรื่องนี้ให้บทเรียนกับเราว่าเราต้องฉลาดเมื่อเราแสดงความกรุณา เราต้องรู้ว่าถ้าเราช่วยคนที่ประสบกับความยากลำบากเพราะการลงโทษของพระเจ้าเราเองจะตกอยู่ในสถานการณ์ที่ยากลำบากด้วยเช่นกัน

ในอีกด้านหนึ่ง ถ้าคนที่มีสุขภาพร่างกายแข็งแรงแต่ไม่ยอมทำงานเพียงเพราะเขาเกียจคร้าน การให้ความช่วยเหลือคนเช่นนี้ไม่ใช่สิ่งที่ถูกต้องเช่นกัน เช่นเดียวกับคนที่มักขอความช่วยเหลือจากคนอื่นจนเป็นนิสัยแม้ว่าเขาสามารถทำสิ่งนั้นด้วยตนเองได้ก็ตาม

การให้ความช่วยเหลือคนประเภทนี้เท่ากับเป็นการส่งเสริมให้เขาเกียจคร้านและด้อยความสามารถมากขึ้น ถ้าเราสำแดงความกรุณาที่ไม่ถูกต้องในสายพระเนตรของพระเจ้า สิ่งนั้นจะขวางกั้นพระพรไม่ให้มาเหนือเรา

ดังนั้นเราจึงไม่ควรให้ความช่วยเหลือทุกคนที่พบกับความยากลำบากโดยปราศจากเงื่อนไข เราควรวินิจฉัยแต่ละกรณีเพื่อตัวเราเองจะไม่พบกับความยากลำบากหลังจากให้ความช่วยเหลือคนเหล่านั้น

จงสำแดงความกรุณาต่อคนที่ไม่เชื่อ

สิ่งสำคัญในจุดนี้ก็คือเราไม่สำแดงความกรุณาต่อพี่น้องในคว

ามเชื่อเท่านั้น แต่เราควรสำแดงความเมตตาต่อคนที่ไม่มีความเชื่อด้วยเช่นกัน

ผู้คนส่วนใหญ่ต้องการเป็นเพื่อนกับคนที่มีชื่อเสียงและมีทรัพย์สินเงินทอง แต่คนเหล่านี้ชอบดูถูกคนอื่นและไม่ต้องการอยู่ใกล้กับคนที่ล้มเหลวในชีวิต เขาอาจให้ความช่วยเหลือกับคนอื่นบ้างเพราะเห็นแก่ความเป็นเพื่อนที่เคยมี แต่สิ่งนี้จะไม่ยืนยาว แต่เราไม่ควรดูถูกคนอื่นหรือรังเกียจผู้หนึ่งผู้ใด เราต้องถือว่าคนอื่นดีกว่าตนและปฏิบัติกับทุกคนด้วยความรัก

บางคนมีจิตใจที่กรุณาต่อคนที่มีความยากลำบากมาก บางคนให้ความช่วยเหลือผู้คนเพราะเห็นแก่สายตาของคนอื่นด้วยความรู้สึกฝืนใจ พระเจ้าทรงทอดพระเนตรดูจิตใจภายในของมนุษย์ พระองค์ตรัสว่าความกรุณาคือการช่วยเหลือคนอื่นด้วยความรักที่แท้จริงและพระองค์จะอวยพระพรคนที่สำแดงความกรุณาที่แท้จริง

พระพรสำหรับคนที่มีใจกรุณา

พระเจ้าประทานพระพรชนิดใดให้กับคนที่มีใจกรุณา มัทธิว 5:7 กล่าวว่า "บุคคลผู้ใดมีใจกรุณา ผู้นั้นเป็นสุขเพราะว่าเขาจะได้รับพระกรุณาตอบ"

ถ้าเราสามารถยกโทษและสำแดงความกรุณาต่อผู้คนที่สร้างปัญหาและสร้างความเสียใจให้กับเรา พระเจ้าจะทรงสำแดงพระกรุณาแก่เราและให้โอกาสเราได้รับการยกโทษในยามที่เราก่อความเสียหายให้กับคนอื่นโดยที่ไม่ตั้งใจ

คำอธิษฐานของพระเยซูกล่าวว่า "และขอทรงโปรดยกหนี้ของ

ข้าพระองค์ เหมือนข้าพระองค์ยกหนี้ผู้ที่เป็นหนี้ข้าพระองค์นั้น" (มัทธิว 6:12) เราเปิดประตูไปสู่การรับเอาพระกรุณาจากพระเจ้าด้วยการสำแดงความกรุณาต่อคนอื่น

มีสาวกคนหนึ่งในสมัยของคริสตจักรยุคแรกชื่อทาบิธา (กิจการ 9:36-42) ผู้เชื่อในเยรูซาเล็มกระจัดกระจายออกไปตามที่ต่าง ๆ เนื่องจากการข่มเหงอย่างรุนแรง ผู้เชื่อบางคนเข้าไปตั้งถิ่นฐานอยู่ในเมืองท่าชื่อยัฟฟา เมืองนี้กลายเป็นศูนย์กลางของคริสเตียนอีกเมืองหนึ่ง ทาบิธาอาศัยอยู่ในเมืองนี้ เธอให้ความช่วยเหลือแก่คนที่ยากจนและขัดสน แต่วันหนึ่งเธอล้มป่วยและเสียชีวิต

ผู้คนที่เคยได้รับความช่วยเหลือจากเธอส่งคนไปเชิญเปโตรมาเพื่อทำให้เธอเป็นขึ้นมาใหม่ คนเหล่านั้นชี้ให้เปโตรดูเสื้อผ้าต่าง ๆ ซึ่งเธอเคยทำในขณะที่เธออยู่กับเขาและพูดถึงคุณงามความดีต่าง ๆ ที่เธอทำไว้

ในที่สุดผู้หญิงคนนี้ได้มีประสบการณ์กับการทำงานอันอัศจรรย์ของพระเจ้าด้วยการเป็นขึ้นมาจากความตายโดยผ่านคำอธิษฐานของเปโตร เธอได้รับพระพรของการมีชีวิตยืนยาวออกไปด้วยพระกรุณาของพระเจ้า

นอกจากนั้น เมื่อเรามีความกรุณาต่อคนที่ยากจนและขัดสน พระเจ้าจะประทานพระพรให้เรามีสุขภาพดีและมีทรัพย์สินเงินทอง

เพราะความยากจนและโรคภัยไข้เจ็บรุมเร้าจนทำให้ผมมองไม่เห็นอนาคต ผมจึงประสบกับความยากลำบากอย่างมากในช่วงวัยหนุ่มของผม แต่ผมเริ่มเข้าใจจิตใจของคนที่ประสบกับความยากลำ

บากผ่านช่วงเวลาดังกล่าว

ผมมีชีวิตที่ปลอดโรคภัยไข้เจ็บมาเป็นเวลามากว่าสามสิบปี นับจากวันที่ผมได้รับการรักษาให้หายจากโรคนานาชนิดด้วยฤทธิ์อำนาจของพระเจ้า ถึงกระนั้นความเห็นอกใจของที่มีต่อผู้คนที่ถูกคุกคามด้วยความยากจนและโรคภัยไข้เจ็บและคนที่ถูกทอดทิ้งและละเลยก็ไม่เคยจางหายไปจากจิตใจของผม

ดังนั้นผมจึงปรารถนาที่จะหยิบยื่นความช่วยเหลือให้กับผู้คนที่ขัดสนทั้งก่อนและหลังจากที่ผมเปิดคริสตจักร ผมไม่เคยคิดว่า "ผมจะช่วยคนเหล่านี้เมื่อผมกลายเป็นคนร่ำรวย" ผมเพียงแต่ช่วยเขาไม่ว่าด้วยจำนวนมากหรือน้อยก็ตาม

พระเจ้าทรงพอพระทัยกับการกระทำนี้และพระองค์ทรงอวยพระพรผมอย่างมากจนผมสามารถถวายให้กับพระเจ้าอย่างไพบูลย์สำหรับพันธกิจโลกและการทำให้แผ่นดินของพระเจ้าสำเร็จ เมื่อผมหว่านด้วยความกรุณาที่มีต่อคนอื่น พระเจ้าทรงอนุญาตให้ผมเก็บเกี่ยวผลอย่างบริบูรณ์

ถ้าเราสำแดงความกรุณาต่อคนอื่น พระเจ้าจะทรงยกโทษความผิดบาปของเรา พระองค์จะทรงเติมเต็มให้กับเราจนเราไม่ขาดแคลนสิ่งใดและพระองค์จะทรงเปลี่ยนความอ่อนแอให้กลายเป็นความแข็งแกร่ง นี่คือพระกรุณาที่เราจะได้รับจากพระเจ้าเมื่อเรามีใจกรุณาต่อผู้อื่น

ยอห์น 13:34 กล่าวว่า "และขอทรงโปรดยกหนี้ของข้าพระองค์ เหมือนข้าพระองค์ยกหนี้ผู้ที่เป็นหนี้ข้าพระองค์นั้น" ขอให้เราหยิบยื่นการปลอบประโลมและชีวิตให้กับผู้คนจำนวนมากด้วยกลิ่นหอมแห่งความกรุณาเพื่อเราจะชื่นชมกับชีวิตที่บริบูรณ์ในพระพรของพระเจ้า

บทที่ 6

พระพรประการที่หก

มัทธิว 5:8

"บุคคลผู้ใดมีใจบริสุทธิ์ ผู้นั้นเป็นสุข
เพราะว่าเขาจะได้เห็นพระเจ้า"

"สิ่งแรกที่ข้าพเจ้าสัมผัสเมื่อข้าพเจ้านำยานอวกาศลงจอดบนดวงจันทร์คือการทรงสร้างของพระเจ้าและการสถิตอยู่ด้วยของพระองค์"

นี่เป็นถ้อยแถลงของนักบินอวกาศเจมส์ เออร์วินซึ่งเดินทางขึ้นไปบนดวงจันทร์ด้วยยานอวกาศ "อะพอลโล่ 15" ในปี 1971 ถ้อยแถลงนี้โด่งดังมากและสัมผัสจิตใจของผู้คนจำนวนมากทั่วโลก เมื่อเจมส์ เออร์วินกำลังบรรยายอยู่ในมหาวิทยาลัยแห่งหนึ่งในฮังการี นักศึกษาคนหนึ่งถามท่านว่า

"ไม่มีนักบินอวกาศคนใดของสหภาพโซเวียตพูดว่าเขาเห็นพระเจ้าในจักรวาล แต่ทำไมท่านจึงกล่าวว่าท่านเห็นพระเจ้าในจักรวาลและยกย่องพระสิริของพระองค์"

คำตอบของเออร์วินชัดเจนมากจนไม่มีใครโต้แย้งได้ "คนที่มีจิตใจบริสุทธิ์จะได้เห็นพระเจ้า" ท่านพักอยู่ที่ดวงจันทร์เป็นเวลา 18 ชั่วโมง ในระหว่างนั้นมีผู้กล่าวว่าท่านท่องจำพระธรรมสดุดีบทที่ 8 เมื่อท่านมองดูโลกและจักรวาลที่พระเจ้าทรงสร้างขึ้น

"โอ ข้าแต่พระเยโฮวาห์คือองค์พระผู้เป็นเจ้าของบรรดาข้าพระองค์

พระนามของพระองค์สูงส่งยิ่งนักทั่วทั้งแผ่นดินโลก

พระองค์ผู้ทรงตั้งสง่าราศีของพระองค์ไว้เหนือฟ้าสวรรค์ทั้งหลาย

เมื่อข้าพระองค์พิจารณาดูฟ้าสวรรค์อันเป็นผลงานแห่งนิ้วพระหัตถ์ของพระองค์

ดวงจันทร์และดวงดาวซึ่งพระองค์ได้ทรงสถาปนาไว้

โอ ข้าแต่พระเยโฮวาห์คือองค์พระผู้เป็นเจ้าของบรรดาข้าพระองค์

พระนามของพระองค์สูงส่งยิ่งนักทั่วทั้งแผ่นดินโลก"

บุคคลผู้มีใจบริสุทธิ์ต่อพระพักตร์พระเจ้า

พจนานุกรมภาษาอังกฤษฉบับเว็บสเตอร์ให้คำจำกัดความของคำว่า "บริสุทธิ์" ไว้ว่า "การไร้ส่วนผสมของสะสารอื่นใด หรือปราศจากฝุ่นละออง สิ่งสกปรก หรือสิ่งเจือปนอื่น" ในพระคัมภีร์คำนี้หมายความว่าเราต้องประพฤติอย่างบริสุทธิ์ไม่ใช่ด้วยความรู้และการศึกษาภายนอกเท่านั้น แต่เราต้องเป็นคนที่มีจิตใจบริสุทธิ์และได้รับการชำระด้วยเช่นกัน

ในมัทธิวบทที่ 15 เมื่อพระเยซูทรงทำพระราชกิจในแถบกาลิลี พวกฟาริสีและพวกธรรมาจารย์บางคนขึ้นมาจากกรุงเยรูซาเล็ม

พวกฟาริสีและพวกธรรมาจารย์เป็นผู้สอนธรรมบัญญัติให้กับประชาชนและเขารักษาธรรมบัญญัติอย่างเข้มงวด นอกจากนั้นเขายังรักษาคำสอนที่ตกทอดมาจากบรรพบุรุษซึ่งเป็นกฎเกณฑ์โดยละเอียดเกี่ยวกับวิธีการรักษาธรรมบัญญัติด้วยเช่นกัน คำสอนเหล่านี้ถูกถ่ายทอดลงมาผ่านหลายชั่วคน

เนื่องจากคนเหล่านี้ฝึกการควบคุมตนเองอย่างมากและมีชีวิตแบบสันโดษเขาจึงคิดว่าตนเป็นคนบริสุทธิ์ แต่จิตใจของเขากลับเต็มล้นไปด้วยความชั่วร้าย เมื่อเขาไม่พอใจถ้อยคำของพระเยซูเขาจึงพยายามที่จะฆ่าพระองค์

คำสอนที่ตกทอดมาจากบรรพบุรุษเรื่องหนึ่งซึ่งพวกธรรมาจารย์และพวกฟาริสีถือปฏิบัติคือคำสอนที่ว่าการรับประทานอาหารโดยไม่ล้างมือจะทำให้คนเป็นมลทิน

คนเหล่านั้นเห็นสาวกของพระเยซูรับประทานอาหารโดยไม่ได้ล้าง เพื่อคัดค้านการกระทำดังกล่าวพวกฟาริสีและพวกธรรมาจา

รย์จึงถามพระเยซู

เขาถามว่า "ทำไมพวกสาวกของท่านจึงละเมิดคำสอนที่ตกทอดมาจากบรรพบุรุษ" (ข้อ 2) พระเยซูตรัสว่า "มิใช่สิ่งซึ่งเข้าไปในปากจะทำให้มนุษย์เป็นมลทิน แต่สิ่งซึ่งออกมาจากปากนั้นแหละทำให้มนุษย์เป็นมลทิน" (ข้อ 11)

"แต่สิ่งที่ออกจากปากก็ออกมาจากใจ สิ่งนั้นแหละทำให้มนุษย์เป็นมลทิน ความคิดชั่วร้าย การฆาตกรรม การผิดผัวผิดเมีย การล่วงประเวณี การลักขโมย การเป็นพยานเท็จ การพูดหมิ่นประมาท ก็ออกมาจากใจ สิ่งเหล่านี้แหละที่ทำให้มนุษย์เป็นมลทิน แต่ซึ่งจะรับประทานอาหารโดยไม่ล้างมือก่อนไม่ทำให้มนุษย์เป็นมลทิน" (มัทธิว 15:18-20)

พระเยซูทรงตำหนิคนเหล่านี้เช่นกันว่าเขาเป็นเหมือนอุโมงค์ฝังศพซึ่งฉาบด้วยปูนขาว ปกติผู้คนในอิสราเอลมักใช้ถ้ำเป็นอุโมงค์ฝังศพ เขาจะใช้ปูนขาวฉาบตามทางเข้าอุโมงค์ฝังศพ

แต่อุโมงค์เป็นที่สำหรับศพ ไม่ว่าเราจะตกแต่งอุโมงค์มากสักเพียงใดก็ตาม ภายในอุโมงค์ก็ยังเต็มไปด้วยซากศพที่เน่าเปื่อยและกลิ่นเหม็น พระเยซูทรงเปรียบเทียบพวกธรรมาจารย์และพวกฟาริสีกับอุโมงค์ฝังศพซึ่งฉาบด้วยปูนขาวเพราะเขาทำตนเป็นบริสุทธิ์ในภายนอกแต่จิตใจของเขากลับเต็มไปด้วยความบาปและความชั่วมากมาย

พระเจ้าทรงต้องการให้เราเป็นผู้ที่บริสุทธิ์ไม่ใช่เฉพาะในภายนอกแต่ภายในจิตใจด้วยเชนกัน เพราะเหตุนี้พระองค์จึงตรัสว่า "เพราะพระเยโฮวาห์ทอดพระเนตรไม่เหมือนกับที่มนุษย์ดูด้วยว่ามนุษย์ดูที่รูปร่างภายนอก แต่พระเยโฮวาห์ทอดพระเนตรจิตใจ" (1 ซามูเอล 16:7) เมื่อพระองค์ทรงตั้งดาวิดคนเลี้ยงแกะเป็นกษัตริย์ของอิสราเอล

จิตใจของผมบริสุทธิ์เพียงใด

เมื่อเราประกาศพระกิตติคุณบางคนจะพูดว่า "ผมไม่ได้ทำร้ายใครและมีชีวิตที่ดีงาม ดังนั้นผมจึงไปสวรรค์ได้" คนเหล่านี้หมายความว่าเขาสามารถไปสวรรค์แม้เขาจะไม่เชื่อในพระเยซูคริสต์เพราะเขามีจิตใจที่ดีงามและไม่ได้ทำบาป

แต่โรม 3:10 กล่าวว่า "ไม่มีผู้ใดเป็นคนชอบธรรมสักคนเดียวไม่มีเลย" ไม่ว่าแต่ละคนจะคิดว่าตนเป็นคนชอบธรรมสักเพียงใดก็ตาม แต่เขาจะรู้ว่าเขามีความบกพร่องและความบาปมากมายถ้าเขาใคร่ครวญตนเองด้วยพระคำแห่งความจริงของพระเจ้า แต่บางคนพูดว่าเขาไม่มีบาปเพราะเขาไม่เคยทำร้ายผู้ใดและไม่เคยละเมิดกฎหมาย

ยกตัวอย่าง แม้เขาจะเกลียดชังคนบางคน แต่เขาคิดว่าสิ่งนั้นไม่ใช่ความบาปเพราะเขาไม่ได้ทำให้คนนั้นได้รับความเสียหายทางร่างกาย แต่พระเจ้าตรัสว่าการมีความคิดชั่วร้ายอยู่ในจิตใจคือความบาปเช่นกัน

พระองค์ตรัสไว้ใน 1 ยอห์น 3:15 ว่า "ผู้ใดเกลียดชังพี่น้องของตน ผู้นั้นก็เป็นฆาตกร และท่านทั้งหลายก็รู้แล้วว่า ไม่มีฆาตกรคนใดที่มีชีวิตนิรันดร์ดำรงอยู่ในเขาเลย" และในมัทธิว 5:28 ว่า "ฝ่ายเราบอกท่านทั้งหลายว่า ผู้ใดมองผู้หญิงเพื่อให้เกิดใจกำหนัดในหญิงนั้น ผู้นั้นได้ล่วงประเวณีในใจกับหญิงนั้นแล้ว"

ถ้าบุคคลมีความเกลียดชัง ความคิดล่วงประเวณี ความอยากได้อยากมี ความหยิ่งผยอง ความเท็จ ความอิจฉา และความโกรธในจิตใจของตนจิตใจของเขาก็ไม่สะอาดแม้สิ่งเหล่านี้ไม่ได้ปรากฏออกมาภายนอกก็ตาม คนที่มีจิตใจบริสุทธิ์จะไม่ใส่ใจกับสิ่งที่ไร้สาระ แต่เขาจะเดินตามเส้นทางของพระเจ้าด้วยจิตใ

จที่ไม่เปลี่ยนแปลง

การประพฤติของนางรูธหญิงที่มีจิตใจบริสุทธิ์

นางรูธเป็นหญิงชาวต่างชาติที่กลายเป็นหญิงม่ายในขณะที่เธอยังสาวโดยไม่มีบุตร แทนที่เธอจะทอดทิ้งแม่สามีของตนเองแต่เธอกลับเลือกที่จะอยู่กับแม่ของสามีในยามยาก แม่สามีของเธอเองก็ไม่มีใครเป็นที่พึ่งพา แต่เพราะเห็นแก่นางรูธเธอจึงบอกให้นางรูธเดินทางกลับไปอยู่ครอบครัวของเธอ แต่นางรูธไม่ยอมปล่อยให้แม่สามีของเธออยู่โดยลำพัง

“แต่รูธตอบว่า ‘ขอแม่อย่าวิงวอนให้ฉันจากแม่หรือเลิกติดตามแม่ไปเลย เพราะแม่จะไปไหนฉันจะไปด้วย และแม่จะอาศัยอยู่ที่ไหนฉันก็จะอยู่ที่นั่นด้วย ญาติของแม่จะเป็นญาติของฉัน และพระเจ้าของแม่ก็จะเป็นพระเจ้าของฉัน แม่ตายที่ไหนฉันจะตายที่นั่น และจะขอให้ฝังฉันไว้ที่นั่นด้วย ถ้ามีอะไรมาพรากฉันจากแม่นอกจากความตาย ก็ขอพระเยโฮวาห์ทรงลงโทษฉัน และให้หนักยิ่งกว่า’” (นางรูธ 1:16-17)

คำพูดของรูธเต็มไปด้วยความตั้งใจอันแน่วแน่และความรักที่จะปรนนิบัติแม่สามีของเธอไปตลอดชีวิตของตน แม่สามีของเธอมาจากอิสราเอลซึ่งรูธไม่คุ้นเคย เขาไม่มีบ้านหรือที่อยู่อาศัยที่นั่น

แต่รูธไม่ได้คิดถึงสภาพเหล่านั้น แต่เธอเลือกที่จะปรนนิบัติแม่สามีของเธอที่อยู่เพียงลำพัง นางรูธไม่เคยเสียใจในการเลือกของเธอเลย เธอได้แต่ปรนนิบัติแม่สามีของตนด้วยจิตใจที่ไม่เปลี่ยนแปลง

เพราะนางรูธมีจิตใจที่บริสุทธิ์เธอจึงสามารถสละตนเองด้วยค

วามชื่นชมยินดีและปรนนิบัติแม่สามีของเธอด้วยจิตใจที่แน่วแน่ ผลลัพธ์ก็คือเธอได้พบกับเศรษฐีคนหนึ่งชื่อโบอาสซึ่งเป็นคนดีตามธรรมเนียมของอิสราเอลและทั้งสองคนมีครอบครัวที่เป็นสุข นางรูธกลายเป็นทวดของกษัตริย์ดาวิดและชื่อของเธอถูกรวมไว้ในลำดับพงศ์ของพระเยซู

พระพรสำหรับคนที่มีใจบริสุทธิ์

คนที่ใจบริสุทธิ์จะได้รับพระพรชนิดใด มัทธิว 5:8 กล่าวว่า "บุคคลผู้ใดมีใจบริสุทธิ์ ผู้นั้นเป็นสุขเพราะว่าเขาจะได้เห็นพระเจ้า"

การได้อยู่กับคนที่เรารักถือเป็นสิ่งที่น่าชื่นชมยินดีเสมอ พระเจ้าทรงเป็นพระบิดาแห่งวิญญาณจิตของเราและพระองค์ทรงรักเรามากยิ่งกว่าตัวเราเองด้วยซ้ำ ถ้าเราสามารถเห็นพระพักตร์พระเจ้าและได้อยู่เคียงข้างพระองค์ ความสุขนั้นเป็นสิ่งไม่มีอะไรจะเทียบได้

บางคนอาจถามว่า "มนุษย์จะมองเห็นพระเจ้าได้อย่างไร" ผู้วินิจฉัย 13:22 กล่าวว่า "และมาโนอาห์พูดกับภรรยาของตนว่า 'เราจะตายเป็นแน่ เพราะเราได้เห็นพระเจ้า'"

ยอห์น 1:18 กล่าวว่า "ไม่มีใครเคยเห็นพระเจ้าในเวลาใดเลย" ในหลายที่หลายแห่งของพระคัมภีร์เราจะเห็นว่าไม่มีใครสามารถเห็นพระเจ้า ถ้าเขาเห็นพระเจ้าเขาจะตาย

แต่อพยพ 33:11 กล่าวว่า "ดังนี้แหละพระเยโฮวาห์ตรัสกับโมเสสสองต่อสอง เหมือนมิตรสหายสนทนากัน" เมื่อคนอิสราเอลเดินทางไปถึงภูเขาซีนายหลังจากการอพยพ พระเจ้าทรงเสด็จลงมาและคนเหล่านั้นไม่กล้าเข้าใกล้ภูเขานั้นเพราะกลัวตาย แต่โมเสสสามารถเห็นพระเจ้า (อพยพ 20:18-19)

นอกจากนี้ ปฐมกาล 5:21-24 บอกเราว่าเอโนคดำเนินกับพระเจ้า

"เอโนคอยู่มาได้หกสิบห้าปี และให้กำเนิดบุตรชื่อเมธูเสลาห์ ตั้งแต่เอโนคให้กำเนิดเมธูเสลาห์แล้ว ก็ดำเนินกับพระเจ้าสามร้อยปี และให้กำเนิดบุตรชายและบุตรสาวหลายคน รวมอายุของเอโนคได้สามร้อยหกสิบห้าปี เอโนคได้ดำเนินกับพระเจ้า และหายไปเพราะพระเจ้าทรงรับเขาไป"

การดำเนินกับพระเจ้าไม่ได้หมายความว่าพระเจ้าเสด็จลงมาบนโลกนี้และทรงดำเนินอยู่กับเอโนค แต่หมายความว่าเอโนคสื่อสารกับพระเจ้าอยู่เสมอและพระเจ้าทรงควบคุมทุกสิ่งทุกอย่างในชีวิตของเอโนค

สิ่งหนึ่งที่เราต้องในที่นี้ก็คือว่า "การดำเนินกับเรา" กับ "การสถิตอยู่กับเรา" แตกต่างกันอย่างสิ้นเชิง การที่พระเจ้าทรงอยู่ร่วมกับเราหมายความพระองค์ทรงรักษาเราด้วยทูตของพระองค์ เมื่อเราพยายามที่จะดำเนินชีวิตด้วยพระคำพระเจ้าจะทรงปกป้องเรา แต่พระองค์จะทรงดำเนินกับเราหลังจากที่เราได้รับการชำระให้บริสุทธิ์อย่างสมบูรณ์เท่านั้น ด้วยเหตุนี้ การที่เอโนคดำเนินกับพระเจ้าเป็นเวลาสามร้อยปีจึงแสดงให้เห็นว่าพระเจ้าทรงรักท่านมากเพียงใด

พระพรของการได้เห็นพระเจ้า

อะไรคือเหตุผลที่ว่าบางคนสามารถมองเห็นพระเจ้าแบบหน้าต่อหน้าและดำเนินไปกับพระองค์ในขณะที่บางคนไม่สามารถมองเห็นพระเจ้า

3 ยอห์น 1:11 กล่าวว่า "ท่านที่รัก อย่าเอาเยี่ยงสิ่งที่ชั่ว

แต่งเอาอย่างสิ่งที่ดี ผู้ที่ทำดีก็มาจากพระเจ้า ผู้ที่ทำชั่วก็ไม่เห็นพระเจ้า” คนที่มีใจบริสุทธิ์สามารถมองเห็นพระเจ้า แต่คนที่มีจิตใจไม่บริสุทธิ์เพราะความชั่วร้ายจะไม่สามารถมองเห็นพระเจ้า

เราเห็นจากตัวอย่างของสเทเฟนซึ่งกลายเป็นผู้สละชีพเพื่อพระคริสต์ในขณะที่กำลังประกาศพระกิตติคุณในสมัยของคริสตจักรในยุคแรก ในกิจการบทที่ 7 เราเห็นว่าสเทเฟนประกาศข่าวประเสริฐของพระเยซูคริสต์มาโดยตลอดและท่านได้อธิษฐานเผื่อคนที่เอาหินขว้างท่านด้วยเช่นกัน สิ่งนี้หมายความว่าท่านมีจิตใจบริสุทธิ์และไม่มีบาปอยู่ในใจของท่าน เพราะเหตุนี้ท่านจึงสามารถมองเห็นองค์พระผู้เป็นเจ้าผู้ซึ่งประทับยืนอยู่เบื้องขวาพระหัตถ์ของพระเจ้า

คนที่มองเห็นพระเจ้าเป็นคนที่มีใจบริสุทธิ์และคนเหล่านี้จะได้เข้าไปสู่ที่อยู่อาศัยที่ดีกว่าในสวรรค์ชั้นที่สามหรือสูงกว่า เขาจะมองเห็นองค์พระผู้เป็นเจ้าและพระเจ้าอย่างใกล้ชิดและมีความสุขอยู่ที่นั่นชั่วนิจนิรันดร์

แต่คนที่เข้าไปสู่สวรรค์ชั้นที่หนึ่งหรือชั้นที่สองไม่สามารถมองเห็นองค์พระผู้เป็นเจ้าได้อย่างใกล้ชิดแม้เขาจะต้องการเนื่องจากความสว่างฝ่ายวิญญาณที่แผ่รังสีอยู่ในเขาและที่อยู่อาศัยของเขาจะแตกต่างออกไปตามระดับของการชำระให้บริสุทธิ์

เราจะมีใจบริสุทธิ์ได้อย่างไร

พระเจ้าผู้บริสุทธิ์และทรงดีรอบคอบทรงปรารถนาให้เราเป็นคนบริสุทธิ์และดีรอบคอบไม่เพียงแต่ในการประพฤติเท่านั้นแต่ในจิตใจของเราด้วยเช่นกันด้วยการกำจัดบาปที่ฝังลึกอยู่ในจิตใจของเราทิ้งไป เพราะเหตุนี้พระองค์จึงตรัสว่า

"ท่านทั้งหลายจงเป็นคนบริสุทธิ์ เพราะเราเป็นผู้บริสุทธิ์" (1 เปโตร 1:16) และ "เพราะนี่แหละเป็นพระประสงค์ของพระเจ้า คือให้ท่านเป็นคนบริสุทธิ์ เว้นเสียจากการล่วงประเวณี" (1 เธสะโลนิกา 4:3)

เราต้องทำสิ่งใดเพื่อเราจะมีจิตใจบริสุทธิ์ตามที่พระเจ้าทรงเรียกร้องจากเราและมีความบริสุทธิ์อยู่ภายในเรา

คนที่เคยโกรธต้องละทิ้งความโกรธและเป็นคนอ่อนสุภาพ คนที่เคยหยิ่งผยองต้องละทิ้งความหยิ่งผยองและถ่อมตัวลง คนที่เคยเกลียดชังคนอื่นต้องเปลี่ยนเป็นคนที่สามารถรักแม้กระทั่งศัตรูของตน พูดง่าย ๆ ก็คือเราต้องกำจัดความชั่วร้ายทุกรูปแบบทิ้งไปและต่อสู้กับความบาปจนถึงเลือดไหล (ฮีบรู 12:4)

ยิ่งเราละทิ้งความชั่วไปจากจิตใจของเรามากเท่าใด ยิ่งเราฟังและปฏิบัติตามของพระเจ้า และเติมจิตใจของเราให้เต็มไปด้วยความจริงมากเท่าใดเราก็จะมีจิตใจที่บริสุทธิ์มากยิ่งขึ้นเท่านั้น ถ้าเราเพียงแต่ฟังพระคำแต่ไม่ประพฤติตามพระคำนั้นก็ไร้ประโยชน์ สมมุติว่าเสื้อผ้าของเราสกปรก ถ้าเราเพียงแค่พูดว่า "โอ้ ผมต้องซักเสื้อตัวนี้" แต่ไม่ทำตามเราก็พูดโกหก

ด้วยเหตุนี้ ถ้าเรารู้ถึงสิ่งที่สกปรกอยู่ในจิตใจของเราเมื่อเราฟังพระคำของพระเจ้า เราต้องพยายามอย่างมากที่จะกำจัดสิ่งเหล่านั้นทิ้งไป แน่นอน ความบริสุทธิ์ของจิตใจไม่อาจบรรลุได้ด้วยกำลังของมนุษย์เพียงอย่างเดียว เราทราบถึงความจริงข้อนี้จากคำกล่าวยอมรับของอัครทูตที่ว่า

"เพราะว่าส่วนลึกในใจของข้าพเจ้านั้น ข้าพเจ้าชื่นชมในพระราชบัญญัติของพระเจ้า แต่ข้าพเจ้าเห็นมีกฎอีกอย่างหนึ่งอยู่ในอวัยวะของข้าพเจ้า ซึ่งต่อสู้กับกฎแห่งจิตใจของข้าพเจ้าและชักนำให้ข้าพเจ้าอยู่ใต้บังคับกฎแห่งบาปซึ่งอยู่ในอวัยวะของข้าพเจ้า โอ ข้าพเจ้าเป็นคนเข็ญใจจริง ใครจะช่วยข้าพเจ้าให้พ้นจากร่างก

ายแห่งความตายนี้ได้" (โรม 7:22-24)

คำว่า "ส่วนลึกในใจของข้าพเจ้า" ในที่นี้หมายถึงจิตใจดั้งเดิมที่พระเจ้าประทานให้ซึ่งเป็นจิตใจแห่งความจริงที่ชื่นชมยินดีในพระบัญญัติของพระเจ้าและแสวงหาพระเจ้า แต่ยังจิตใจแห่งความเท็จที่ต้องการจะทำบาป ดังนั้นเราจึงไม่สามารถกำจัดบาปทิ้งไปด้วยความพยายามของเราเอง

ยกตัวอย่าง เราเห็นความจริงข้อนี้ในผู้คนที่ไม่สามารถเลิกดื่มเหล้าและสูบบุหรี่ เขารู้ว่าการสูบบุหรี่และการดื่มเหล้าจนเกินเลยเป็นอันตรายต่อร่างกาย แต่เขาก็เลิกไม่ได้ คนเหล่านี้ตั้งปณิธานทุกวันปีใหม่และพยายามที่จะเลิก แต่เขาก็เลิกไม่ได้

เขารู้ว่าสิ่งเหล่านั้นเป็นอันตราย แต่เพราะเขาชอบสิ่งเหล่านั้นเขาจึงเลิกไม่ได้ แต่ถ้าเขาได้รับกำลังจากพระเจ้าเบื้องบนเขาก็สามารถเลิกได้ทันที

ความบาปและความชั่วในจิตใจก็เช่นเดียวกัน 1 ทิโมธี 4:5 กล่าวว่า "เพราะว่าสิ่งเหล่านั้นเป็นของที่ชำระไว้แล้วโดยพระวจนะของพระเจ้าและคำอธิษฐาน" เมื่อเรารู้จักความจริงผ่านทางพระคำของพระเจ้าและได้รับพระคุณ พระกำลัง และความช่วยเหลือของพระวิญญาณบริสุทธิ์ผ่านการอธิษฐานอย่างร้อนรน เราก็สามารถกำจัดสิ่งเหล่านี้ทิ้งไปได้

เพื่อให้สามารถทำสิ่งนี้เราต้องมีความพยายามและความตั้งใจของเราในการที่จะทำตามพระคำของพระเจ้า เราไม่ควรหยุดหลังจากเราทำตามพระคำของพระเจ้าสองสามครั้ง ถ้าเราอธิษฐานและอดอาหารในบางครั้งจนเราเปลี่ยนแปลงในที่สุด เราก็สามารถกำจัดบาปทั้งสิ้นทิ้งไปและมีจิตใจที่บริสุทธิ์

คนที่มีใจบริสุทธิ์จะได้รับคำตอบและพระพร

พระพรของคนที่มีใจบริสุทธิ์ไม่ใช่เป็นเพียงแต่การได้เห็นพระฉายาของพระเจ้าพระบิดา แต่คนเหล่านี้จะได้รับคำตอบตามใจปรารถนาของเขาผ่านคำอธิษฐานพร้อมกับพบและมีประสบการณ์กับพระเจ้าในชีวิตของตนด้วยเช่นกัน

เยเรมีย์ 29:12-13 กล่าวว่า "แล้วเจ้าจะทูลขอต่อเราและมาอธิษฐานต่อเราและเราจะฟังเจ้า เจ้าจะแสวงหาเราและพบเราเมื่อเจ้าแสวงหาเราด้วยสิ้นสุดใจของเจ้า" คนเหล่านี้จะได้รับคำตอบจากพระเจ้าผ่านการอธิษฐานด้วยใจร้อนรนเพื่อชีวิตของเขาจะเต็มไปด้วยคำพยานมากมาย

แต่บางครั้งเราเห็นผู้เชื่อใหม่บางคนที่เพิ่งต้อนรับเอาพระเยซูคริสต์และไม่ได้ดำเนินชีวิตในความจริง แต่คนเหล่านี้กลับได้คำตอบต่อคำอธิษฐานของตน แม้จิตใจของคนเหล่านี้จะไม่บริสุทธิ์อย่างสมบูรณ์แต่เขาก็พบและมีประสบการณ์กับพระเจ้าผู้ทรงพระชนม์อยู่

สิ่งนี้เป็นเหมือนกรณีของลูกเล็ก ๆ ที่ทำบางสิ่งบางอย่างที่น่ารักและพ่อแม่ก็พร้อมที่จะให้สิ่งที่เขาต้องการ แม้เขายังไม่ได้มีจิตใจที่บริสุทธิ์อย่างสมบูรณ์ แต่ยิ่งเขาทำให้พระเจ้าพอพระทัยในขนาดความเชื่อของเขามากเท่าใดเขาก็จะได้รับคำตอบต่อคำอธิษฐานของเขามากเท่านั้น

หลังจากผมพบพระเจ้าผมได้รับการรักษาให้หายจากโรคภัยทั้งสิ้นของผมและมีสุขภาพร่างกายแข็งแรงอีกครั้งหนึ่ง ผมเริ่มมองหางาน แม้นายจ้างจะเสนอค่าตอบแทนที่ดีมากให้กับผม แต่ผมจะไม่รับข้อเสนอเหล่านั้นถ้าผมไม่สามารถรักษาวันขององค์พระผู้เป็นเจ้าให้บริสุทธิ์ เพราะผมต้องทำงาน ผมพยายามอย่างสุดกำลังที่จะทำตามแนวทางที่ถูกต้องด้วยจิตใจที่บริสุทธิ์ต่อพระพักตร์พระเจ้า

พระเจ้าทรงพอพระทัยกับจิตใจแบบนี้และทรงนำผมให้เปิดร้า

นเช่าหนังสือเล็ก ๆ แห่งหนึ่ง กิจการของร้านนั้นดำเนินไปเป็นอย่างดี และผมวางแผนที่จะย้ายไปยังสถานที่ขนาดใหญ่กว่า ผมได้ยินว่ามีสถานที่ที่เหมาะสมอยู่แห่งหนึ่ง

เมื่อผมไปที่นั่น เจ้าของร้านไม่อยากเซ็นสัญญากับผมเพราะธุรกิจของเขาย่ำแย่เพราะกิจการของร้านผมกำลังดี ผมต้องยอมแพ้ แต่เมื่อผมคิดถึงสภาพของเขาผมรู้สึกเสียใจแทนเขาและอธิษฐานขอให้พระเจ้าทรงอวยพรร้านของเขาจากส่วนลึกแห่งจิตใจของผม

ต่อมาผมทราบว่าร้านหนังสือขนาดใหญ่จะเปิดตัวขึ้นตรงหน้าร้านแห่งนั้น ถ้าผมเช่าร้านแห่งนั้นผมคงไม่สามารถแข่งขันกับร้านใหญ่ขนาดนั้น พระเจ้าผู้ทรงทราบสิ่งสารพัดทรงกระทำให้ผมเกิดผลอันดีในทุกสิ่งและทรงป้องกันไม่ให้ผมเซ็นสัญญานั้น

ต่อมาผมย้ายร้านไปยังที่แห่งใหม่ ในร้านใหม่ผมไม่ต้อนรับนักเรียนนักศึกษาที่ทำตัวไม่เรียบร้อย ในร้านผมห้ามการดื่มเหล้าและสูบบุหรี่ ในวันอาทิตย์ซึ่งเป็นวันที่มีลูกค้ามากเป็นพิเศษผมจะปิดร้านเพื่อรักษาวันขององค์พระผู้เป็นเจ้า ในความคิดของมนุษย์ถือว่านั่นไม่ใช่เป็นการทำธุรกิจที่ถูกวิธี แต่จำนวนของลูกค้าและยอดขายของร้านผมกลับเพิ่มขึ้น ดังนั้นทุกคนจึงรู้ว่าสิ่งนั้นเป็นพระพรจากพระเจ้า

นอกจากนั้น เมื่อเราดำเนินชีวิตคริสเตียนเราสามารถรับเอาของประทานแห่งการพูดภาษาแปลก ๆ หรือของประทานอย่างอื่นจากพระวิญญาณบริสุทธิ์ด้วยเช่นกัน นี่เป็นส่วนหนึ่งของพระพรแห่งการ "ได้เห็นพระเจ้า"

"และให้อีกคนหนึ่งมีความเชื่อแต่เป็นโดยพระวิญญาณองค์เดียวกัน และให้อีกคนหนึ่งมีความสามารถรักษาคนป่วยได้ แต่เป็นโดยพระวิญญาณองค์เดียวกันและให้อีกคนหนึ่งทำการอัศจรรย์ต่าง ๆ

และให้อีกคนหนึ่งพยากรณ์ได้ และให้อีกคนหนึ่งรู้จักสังเกตวิญญาณต่างๆ และให้อีกคนหนึ่งพูดภาษาต่างๆ และให้อีกคนหนึ่งแปลภาษานั้นๆได้ สิ่งสารพัดเหล่านี้ พระวิญญาณองค์เดียวกันทรงบันดาลและประทานแก่แต่ละคนตามชอบพระทัยพระองค์" (1 โครินธ์ 12:9-11)

สิ่งที่เราต้องจดจำไว้ก็คือว่าถ้าเรารักพระเจ้าอย่างแท้จริงเราก็ไม่ควรพึงพอใจกับความเชื่อของเด็กเล็ก ๆ เราต้องพยายามอย่างสุดกำลังที่จะกำจัดความชั่วร้ายออกจากจิตใจของเราและรับการชำระให้บริสุทธิ์อย่างรวดเร็วเพื่อความเชื่อของเราจะจำเริญขึ้นและเข้าใจพระทัยของพระเจ้า

2 โครินธ์ 7:1 กล่าวว่า "ท่านที่รักเมื่อเรามีพระสัญญาเช่นนี้แล้ว ให้เราชำระตัวเราให้ปราศจากมลทินทุกอย่างของเนื้อหนังและจิตวิญญาณ และจงทำให้มีความบริสุทธิ์ครบถ้วนโดยความเกรงกลัวพระเจ้า" ขอให้เราจำกัดสิ่งที่เป็นมลทินทุกอย่างในจิตใจของเราทิ้งไปและมีความบริสุทธิ์อยู่ในเรา

ผมหวังว่าท่านจะจำเริญสุขทุกประการและได้รับทุกสิ่งที่ท่านทูลขอเหมือนดังต้นไม้ที่ปลูกไว้อยู่ริมธารน้ำซึ่งใบก็ไม่เหี่ยวแห้งแต่จะเกิดผลอย่างบริบูรณ์แม้ในยามที่แห้งแล้ง ผมหวังเช่นกันว่าท่านจะสามารถมองเห็นพระเจ้าแบบหน้าต่อหน้าในแผ่นสวรรค์นิรันดร์

บทที่ 7

พระพรประการที่เจ็ด

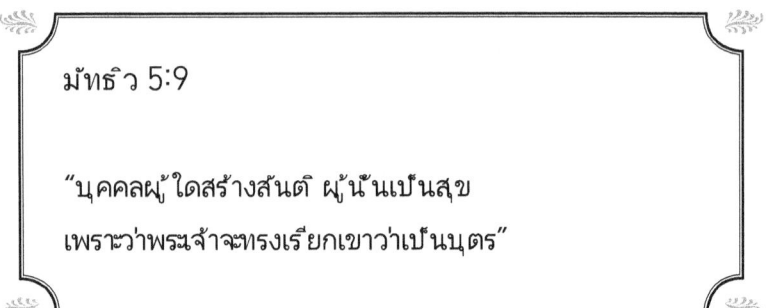

มัทธิว 5:9

"บุคคลผู้ใดสร้างสันติ ผู้นั้นเป็นสุข
เพราะว่าพระเจ้าจะทรงเรียกเขาว่าเป็นบุตร"

เมื่อสองประเทศมีชายแดนติดต่อกันประเทศเหล่านั้นอาจมีความขัดแย้งหรืออาจสู้รบเพื่อรักผลประโยชน์ของตน มีอยู่สองประเทศที่มีชายแดนติดต่อ แต่ประเทศทั้งสองสามารถอยู่ร่วมกันอย่างสันติมาเป็นเวลานาน ประเทศทั้งสองนี้ได้แก่อาร์เจนตินากับชิลี

เมื่อนานมาแล้วทั้งสองประเทศเคยมีวิกฤติบางอย่างเกิดขึ้นซึ่งเกือบกลายเป็นชนวนที่ก่อให้เกิดสงครามเนื่องจากความขัดแย้งตามแนวชายแดน ผู้นำศาสนาของทั้งสองประเทศวิงวอนประชาชนว่าความรักเป็นวิธีการเดียวที่จะรักษาสันติภาพระหว่างสองประเทศเอาไว้ ประชาชนของทั้งสองประเทศตอบรับข้อเสนอนั้นและเลือกสันติภาพ คนเหล่านั้นจึงสร้างหลักเขตขึ้นตรงชายแดนพร้อมกับจารึกข้อพระคัมภีร์จากเอเฟซัส 2:14 เอาไว้ซึ่งมีใจความว่า "เพราะว่าพระองค์ทรงเป็นสันติสุขของเรา เป็นผู้ทรงกระทำให้ทั้งสองฝ่ายเป็นอันหนึ่งอันเดียวกันและทรงรื้อกำแพงที่กั้นระหว่าสองฝ่ายลง"

การมีสันติภาพระหว่างประเทศคือการมีความสัมพันธ์อันดีระหว่างกัน ในความสัมพันธ์ส่วนตัวแต่ละฝ่ายต้องมีความสบายใจต่อกัน แต่การมีความสงบสุขกับพระเจ้าจะมีความหมายฝ่ายวิญญาณที่แตกต่างกันบ้างเล็กน้อย การมีความสงบสุขกับพระเจ้าคือการเสียสละตนเองเพื่อคนอื่นและรับใช้คนอื่น ความสงบสุขนี้เป็นการถ่อมตัวเองลงเพื่อยกคนอื่นขึ้นและไม่ประพฤติตนอย่างหยาบคาย แม้เราจะเป็นฝ่ายถูกแต่เราก็สามารถทำตามความคิดเห็นของคนอื่นเว้นแต่ความเห็นนั้นขัดแย้งกับความจริง

ความสงบสุขชนิดนี้คือการแสวงหาประโยชน์ของคนอื่น ไม่ใช่การยืนกรานอยู่กับความคิดเห็นส่วนตัวของตนแต่เป็นการคิดถึงคนอื่นก่อนเป็นอันดับแรก สิ่งนี้เป็นการทำตามความคิดเห็นของคนอื่นและการไม่มีอคติ คนที่มีความสงบสุขประเภทนี้สามารถปรับตัวเข้าได้กับทั้งสองด้านของปัญหาหรือสถานการณ์ การ

ที่จะเป็นผู้สร้างสันติได้นั้นเราต้องเสียสละตนเอง ด้วยเหตุนี้ในฝ่ายวิญญาณ คำว่า "ความสงบสุข" จึงหมายถึงการเสียสละตนเองแม้กระทั่งการสละชีวิตของเรา

พระเยซูทรงสร้างสันติด้วยการสละพระองค์เอง

เมื่อพระเจ้าทรงสร้างอาดัมมนุษย์คนแรกท่านเป็นวิญญาณที่มีชีวิต อาดัมชื่นชมกับสิทธิอำนาจในการครอบครองเหนือสิ่งสารพัด แต่เมื่อท่านทำบาปด้วยการกินผลจากต้นไม้ต้องห้าม อาดัมและลูกหลานทั้งสิ้นของท่านจึงกลายเป็นคนบาป บัดนี้มีกำแพงบาปที่ขวางกั้นระหว่างมนุษย์กับพระเจ้าเอาไว้

โคโลสี 1:21 กล่าวว่า "และพวกท่านซึ่งเมื่อก่อนนี้ไม่ถูกกันและเป็นศัตรูในใจด้วยการชั่วต่างๆ บัดนี้ พระองค์ทรงโปรดให้คืนดีกับพระองค์" มนุษย์กลายเป็นคนแปลกหน้ากับพระเจ้าเนื่องจากบาป

มนุษยชาติกลายเป็นคนบาปตั้งแต่สมัยของอาดัมและพระเยซูพระบุตรของพระเจ้าทรงเป็นเครื่องบูชาไถ่บาปเพื่อเราทั้งหลาย พระองค์ทรงสิ้นพระชนม์เพื่อทำลายกำแพงบาปที่ขวางกั้นระหว่างพระเจ้ากับมนุษย์ลงและทรงสร้างสันติ

คนหนึ่งอาจถามว่า "ทำไมมนุษย์ทุกคนจึงต้องกลายเป็นคนบาปเพียงเพราะความบาปของอาดัมในเมื่ออาดัมเป็นเพียงมนุษย์คนหนึ่ง" เรื่องนี้คล้ายคลึงกับเมื่อนานมาแล้วในสมัยที่ยังมีการค้าทาส ในเมื่อท่านเป็นทาสลูกหลานของท่านที่เกิดมาก็จะเป็นทาสด้วยเช่นกัน

โรม 6:16 กล่าวว่า "ท่านทั้งหลายไม่รู้หรือว่า ท่านจะยอมตัวรับใช้เชื่อฟังคำของผู้ใด ท่านก็เป็นทาสของผู้ที่ท่านเชื่อฟังนั้น คือเป็นทาสของบาปซึ่งนำไปสู่ความตาย หรือเป็นทาสของการเชื่อฟังซึ่งนำไปสู่ความชอบธรรม"

เพราะอาดัมเชื่อฟังซาตานและทำบาป ทุกคนที่เกิดมาหลังจากท่านจึงเป็นคนบาป

เพื่อทำให้เกิดสันติภาพขึ้นระหว่างพระเจ้ากับมนุษย์ผู้เป็นคนบาป พระเยซูผู้ไม่มีบาปจึงทรงถูกตรึง โคโลสี 1:20 กล่าวว่า "และโดยพระองค์นั้นให้สิ่งสารพัดกลับคืนดีกับพระองค์เอง โดยพระองค์นั้นข้าพเจ้าพูดได้ว่า ไม่ว่าสิ่งนั้นจะอยู่ในแผ่นดินโลกหรือในท้องฟ้า พระองค์ทรงทำให้มีสันติภาพโดยพระโลหิตแห่งกางเขนของพระองค์" พระเยซูทรงเป็นเครื่องบูชาไถ่บาปเพื่อการยกโทษบาปของเราและพระองค์ทรงทำให้เกิดสันติภาพขึ้นระหว่างพระเจ้ากับมนุษย์

ท่านเป็นผู้สร้างสันติหรือไม่

พระเจ้าทรงต้องการให้เรามีสันติภาพกับทุกคนเหมือนดังที่พระเยซูได้เสด็จลงมาบนโลกนี้ในสภาพของมนุษย์และทรงเป็นผู้สร้างสันติ แน่นอน เมื่อเราเชื่อในพระเจ้าและเรียนรู้ความจริง ปกติเราจะไม่จงใจทำลายความสงบสุข แต่ตราบใดที่เรายึดมั่นในความชอบธรรมของตนเองโดยคิดว่าสิ่งนั้นถูกต้อง เราอาจทำลายความสงบสุขโดยไม่รู้ตัว

เราสามารถรู้ได้ว่าเราเป็นคนประเภทนี้หรือไม่ด้วยการตรวจสอบดูว่าเราพยายามปรับทุกสิ่งทุกอย่างให้เข้ากับคนอื่นหรือไม่ หรือว่าคนอื่นพยายามที่จะปรับทุกสิ่งทุกอย่างให้เข้ากับเรา ยกตัวอย่าง ระหว่างสามีกับภรรยา สมมุติว่าภรรยาไม่ชอบอาหารเค็มในขณะที่สามีกลับชอบอาหารเค็ม

ภรรยาบอกกับสามีของตนว่าอาหารเค็มไม่ดีต่อร่างกาย แต่สามีก็ยังชอบอาหารเค็ม ดังนั้นภรรยาจึงไม่เข้าใจสามีของตนในมุมมองของสามีเขารู้ว่าการที่เขาจะเปลี่ยนรสชาติอาหารนั้นไม่ใช่เรื่องง่าย

ในกรณีนี้ ถ้าภรรยายืนกรานว่าสามีต้องทำตามคำแนะนำของเธอเพราะเธอพูดถูก สิ่งนี้อาจทำให้เกิดการทะเลาะวิวาท ด้วยเหตุนี้ เพื่อให้มีสันติภาพ เราต้องคิดถึงคนอื่นและช่วยเขาให้เข้าใจเพื่อก่อให้เกิดการเปลี่ยนแปลงไปในทางที่ดีขึ้นทีละเล็กละน้อย

เช่นเดียวกัน เมื่อเรามองไปรอบ ๆ เราจะเห็นว่าสันติภาพมักถูกทำลายลงด้วยเรื่องเล็ก ๆ น้อย ๆ สันติภาพถูกทำลายเพราะความชอบธรรมของเราเองที่คิดว่าตนเป็นฝ่ายถูก

ด้วยเหตุนี้ เราควรตรวจสอบตนเองดูว่าเรากำลังเห็นแก่ประโยชน์ของเราเองมากกว่าประโยชน์ของคนอื่นหรือไม่ เรากำลังพยายามยืนกรานกับความคิดเห็นของตนเองเพราะเราเป็นฝ่ายถูกและเพราะเราพูดความจริงแม้เราจะรู้ว่าเรากำลังสร้างปัญหาให้กับคนอื่นหรือไม่ เราควรตรวจสอบดูเช่นกันว่าเราต้องการให้ผู้ใต้บังคับบัญชาของเราเชื่อฟังและทำตามเราอย่างไม่มีเงื่อนไขเพียงเพราะเราอาวุโสกว่าเขาหรือไม่

จากนั้นเราจะรู้ว่าเราเป็นผู้สร้างสันติอย่างแท้จริงหรือไม่ โดยทั่วไปการสร้างสันติกับคนที่ดีกับเราไม่ใช่เรื่องยาก แต่พระเจ้าทรงบอกให้เราอยู่อย่างสงบกับทุกคนและมีใจบริสุทธิ์

"จงอุตส่าห์ที่จะสงบสุขอยู่กับคนทั้งปวงและที่จะได้ใจบริสุทธิ์ ด้วยว่านอกจากนั้นไม่มีใครจะได้เห็นองค์พระผู้เป็นเจ้า" (ฮีบรู 12:14)

เราต้องสามารถมีสันติภาพแม้กระทั่งกับคนที่ไม่ชอบเรา เกลียดชังเรา หรือสร้างปัญหาให้กับเรา แม้จะดูเหมือนว่าเราเป็นฝ่ายถูก ถ้าสิ่งนั้นเป็นการสร้างปัญหาให้กับคนอื่นหรือถ้าคนอื่นรู้สึกอึดอัดใจเพราะเรา สิ่งนั้นก็ไม่ถูกต้องในสายพระเนตรของพระเจ้า เราจะอยู่อย่างสงบกับทุกคนได้อย่างไร

จงมีความสงบสุขกับพระเจ้า

ประการแรก เราต้องมีความสงบสุขกับพระเจ้า

อิสยาห์ 59:1-2 กล่าวว่า "ดูเถิด พระหัตถ์ของพระเยโฮวาห์มิได้สั้นลงที่จะช่วยให้รอดไม่ได้ หรือพระกรรณตึงซึ่งจะไม่ทรงได้ยิน แต่ว่าความชั่วช้าของเจ้าทั้งหลายได้กระทำให้เกิดการแยกระหว่างเจ้ากับพระเจ้าของเจ้าและบาปของเจ้าทั้งหลายได้บังพระพักตร์ของพระองค์เสียจากเจ้า พระองค์จึงมิได้ยิน" ถ้าเราทำบาปกำแพงบาปจะขวางกั้นเราจากพระเจ้า

ด้วยเหตุนี้ การมีความสงบสุขกับพระเจ้าคือการไม่มีกำแพงบาปซึ่งเป็นผลของความบาประหว่างเรากับพระเจ้า

เมื่อเราต้อนรับเอาพระเยซูคริสต์เราได้รับการยกโทษบาปที่เราได้ทำมาจนถึงช่วงเวลานั้น (เอเฟซัส 1:7) ดังนั้นกำแพงบาปที่ขวางกั้นระหว่างเรากับพระเจ้าจึงถูกทำลายลงและความสงบสุขจึงเกิดขึ้น

แต่เราต้องจดจำไว้ว่าถ้าเราทำบาปอย่างต่อเนื่องหลังจากเราได้รับการยกโทษบาป กำแพงบาปก็จะถูกก่อขึ้นมาอีกครั้งหนึ่ง

เราเรียนรู้จากพระคัมภีร์ว่าปัญหาหลายอย่างมีต้นเหตุมาจากบาป เมื่อพระเยซูทรงรักษาคนง่อยในมัทธิวบทที่ 9 อันดับแรกพระองค์ทรงยกโทษความบาปของเขา ในยอห์น 5:14 หลังจากที่พระองค์ทรงรักษาชายที่ป่วยมาเป็นเวลา 35 ปีให้หายแล้วพระองค์จึงตรัสกับเขาว่า "ดูเถิด เจ้าหายโรคแล้ว อย่าทำบาปอีก มิฉะนั้นเหตุร้ายกว่านั้นจะเกิดกับเจ้า"

ด้วยเหตุนี้ เมื่อเรากลับใจจากบาปของเรา หันหลังกลับ และดำเนินชีวิตด้วยพระคำของพระเจ้า เราก็สามารถมีความสงบสุขกับพระเจ้า จากนั้นเราจะได้รับพระพรจากพระเจ้าในฐานะบุตรของพระองค์ ถ้าเรามีโรคภัยไข้เจ็บเราก็จะได้รับการรักษาให้หายและมีสุขภาพแข็งแรง ถ้าเรามีปัญหาทางการเงิน ปัญหานั้นก็จะหมดไปและเราจะมั่งคั่งร่ำรวย ความปรารถนาแห่งจิตใจของเราจะได้รั

บการตอบสนองด้วยวิธีนี้

จงมีความสงบสุขกับตนเอง

ตราบใดที่เรายังมีความเกลียดชัง ความอิจฉา ความริษยา และความชั่วร้ายอย่างอื่น สิ่งเหล่านี้จะถูกปลุกเร้าขึ้นตามสถานการณ์ จากนั้นเราจะเป็นทุกข์เพราะสิ่งเหล่านี้และไม่มีความสงบสุข

สุภาษิตเกาหลีข้อหนึ่งกล่าวว่า "เมื่อญาติพี่น้องของท่านซื้อที่ดิน ท่านจะรู้สึกปวดท้อง" สุภาษิตข้อนี้พูดถึงความอิจฉา คนเป็นทุกข์เพราะความอิจฉาเพราะไม่ชอบให้คนอื่นได้ดี เช่นเดียวกัน ตราบใดที่เรายังมีความอิจฉา ความริษยา ความหยิ่งผยอง การทะเลาะเบาะแว้ง ความคิดล่วงประเวณี และความชั่วร้ายรูปแบบอื่นอยู่ในจิตใจของเราเราจะไม่มีความสงบสุข พระวิญญาณบริสุทธิ์ที่อยู่ในเราจะคร่ำครวญด้วยเช่นกัน ดังนั้นเราจึงรู้สึกทุกข์ใจ

ด้วยเหตุนี้ เพื่อให้มีความสงบสุขกับตนเองเราต้องกำจัดความชั่วร้ายในจิตใจของเราทิ้งไปและทำตามความปรารถนาของพระวิญญาณบริสุทธิ์

เมื่อเราต้อนรับเอาพระเยซูคริสต์และมีความสงบสุขกับพระเจ้า พระองค์จะทรงมอบของประทานแห่งพระวิญญาณบริสุทธิ์ไว้ในจิตใจของเรา (กิจการ 2:38)

พระวิญญาณบริสุทธิ์ (ซึ่งเป็นพระทัยของพระเจ้า) ทรงช่วยให้เราเรียกพระเจ้าว่า "พระบิดา" พระองค์ทรงทำให้เรารู้ถึงความบาป ความชอบธรรม และการพิพากษา จากนั้นบุตรของพระเจ้าสามารถดำเนินชีวิตด้วยพระคำของพระองค์โดยรับการทรงนำจากพระวิญญาณบริสุทธิ์

เมื่อเราประพฤติตามพระคำของพระเจ้าและทำตามความปรารถนาของพระวิญญาณบริสุทธิ์ ด้วยความช่วยเหลือของพระวิญญาณบริสุทธิ์ พระองค์จะทรงชื่นชมยินดีในจิตใจของเรา ดังนั้นเราจึงได้รับการปลอบประโลมอยู่ในจิตใจของเราและเราสามารถมีความสงบสุขกับตนเอง

นอกจากนี้ ถ้าเรากำจัดความชั่วร้ายออกไปจากจิตใจของเรามากขึ้น เราก็ไม่จำเป็นต้องต่อสู้กับความบาปมากเหมือนเดิม ดังนั้นเราจึงมีความสงบสุขอย่างสมบูรณ์กับตนเอง นอกจากนั้น เราจะมีความสงบสุขกับคนอื่นได้ก็ต่อเมื่อเรามีความสงบสุขกับตนเองเท่านั้น

จงมีความสงบสุขกับเพื่อนมนุษย์

บางครั้งเราเห็นคนที่มีความร้อนรนและความรักต่อหน้าที่ที่พระเจ้าทรงมอบหมายให้ คนเหล่านี้รักพระเจ้าและอุทิศตน แต่เขากลับไม่มีความสงบสุขกับพี่น้องในความเชื่อคนอื่น ๆ

ถ้าเขาคิดว่าสิ่งที่เขาทำเป็นประโยชน์ต่อแผ่นดินของพระเจ้า เขาจะไม่ฟังความคิดเห็นของคนอื่น แต่เขาจะทำงานของตนต่อไปด้วยใจร้อนรน จากนั้นคนอื่นจะรู้สึกอึดอัดใจและมีความรู้สึกต่อต้านเขา

ในสถานการณ์เช่นนี้ คนที่ไม่มีความสงบสุขกับคนอื่นจะคิดว่าความอึดอัดใจและการต่อต้านจากคนอื่นถือเป็น "ราคา" ที่เขาต้องจ่ายเพื่อสร้างประโยชน์ให้กับแผ่นดินของพระเจ้า คนเหล่านี้ไม่สนใจแม้คนอื่นจะมีความคิดเห็นตรงกันข้ามกับเขาหรือไม่ ใส่ใจด้วยซ้ำว่าเขาทำให้คนอื่นรู้สึกอึดอัดหรือไม่

แต่คนที่มีความดีงามจะคิดถึงจิตใจของทุกคนที่เกี่ยวข้อง เพื่อเขาจะมีความสงบสุขและโอบอุ้มคนอื่น ผู้คนจำนวนมากสามารถพึ่งพิงเขาได้

ความดีงามเป็นหัวใจของความจริงซึ่งทำตามความดีงามในความจริง ความดีงามคือความกรุณาและความโอบอ้อมอารี คนที่มีความดีงามจะถือว่าคนอื่นดีกว่าตนและสนใจคนอื่น (ฟีลิปปี 2:3-5)

มัทธิว 12:19-20 กล่าวว่า "ท่านจะไม่ทะเลาะวิวาทและไม่ร้องเสียงดัง ไม่มีใครได้ยินเสียงของท่านตามถนน ไม้อ้อช้ำแล้วท่านจะไม่หัก ไส้ตะเกียงเป็นควันแล้วท่านจะไม่ดับ กว่าท่านจะได้นำความยุติธรรมให้มีชัยชนะ"

ถ้าเรามีความดีงามชนิดนี้ เราจะไม่ทะเลาะเบาะแว้งกับคนอื่น เราจะไม่พยายามอวดอ้างหรือยกตนเอง เราจะรักแม้กระทั่งคนที่อ่อนแอเหมือนไม้อ้อที่ช้ำหรือคนที่ชั่วร้ายเหมือนไส้ตะเกียงที่เป็นควัน เราจะโอบอุ้มคนเหล่านี้ไว้โดยมุ่งหวังสิ่งที่ดีที่สุดสำหรับเขา

ยกตัวอย่าง สมมุติว่าลูกชายคนโตซื้อของขวัญอย่างดีให้กับพ่อแม่ของตนเพราะความรักที่มีต่อท่านทั้งสอง แต่ถ้าเขาวิพากษ์วิจารณ์น้องชายคนอื่น ๆ ของตนที่ไม่ได้ทำแบบเดียวกับเขา ลองคิดดูซิว่าพ่อแม่ของเขาจะรู้สึกอย่างไร บางทีพ่อแม่อาจต้องการให้ลูก ๆ อยู่กันอย่างสงบสุขและรักกันมากกว่าที่จะอยากได้ของขวัญราคาแพง

ในทำนองเดียวกัน พระเจ้าทรงต้องการให้เราเข้าใจพระทัยของพระองค์และมีจิตใจเหมือนพระทัยของพระองค์ก่อนแทนที่พระองค์จะต้องการให้เราทำสิ่งที่ยิ่งใหญ่เพื่อแผ่นดินของพระองค์ การที่เราจะมีความสงบสุขกับคนอื่นได้นั้นเราต้องคำนึงถึงความเชื่อที่อ่อนแอของเขาเว้นแต่สิ่งนั้นเป็นความเท็จอย่างสิ้นเชิง

นับตั้งแต่ผมเป็นศิษยาภิบาลในคริสตจักรแห่งนี้ ผมไม่เคยมีความรู้สึกอึดอัดใจกับศิษยาภิบาลหรือคนงานของคริสตจักรที่ทำงานไม่เกิดผลคนหนึ่งคนใดเลย ผมมองดูคนเหล่านี้ด้วยความเชื่อและด้วยความอดทนนานจนกว่าเขาจะได้รับกำลังจากพระเจ้าม

ากขึ้นและทำหน้าที่ของตนอย่างสมบูรณ์

ถ้าผมเอาแต่ยืนกรานอยู่กับมุมมองของผม ผมอาจแนะนำคนเหล่านั้นในทำนองว่า "ทำไมคุณจึงไม่ทำงานอีกชั้นหนึ่งล่ะ ไปรับฤทธิ์อำนาจมากขึ้นในปีหน้า จากนั้นค่อยกลับมาทำงานชั้นนี้ในภายหลัง"

ผมไม่ทำเช่นนั้นเพราะกลัวว่าคนเหล่านี้บางคนจะเสียกำลังใจ เมื่อเรามีความดีงามด้วยการไม่หักไม้อ้อที่ช้ำหรือดับไส้ตะเกียงที่เป็นควัน เราก็สามารถมีความสงบสุขกับมนุษย์ทุกคน

ความสงบสุขโดยการเสียสละของเรา

ยอห์น 12:24 กล่าวว่า "เราบอกความจริงแก่ท่านว่า ถ้าเมล็ดข้าวไม่ได้ตกลงไปในดินและเปื่อยเน่าไป ก็จะอยู่เป็นเมล็ดเดียว แต่ถ้าเปื่อยเน่าไปแล้ว ก็จะงอกขึ้นเกิดผลมาก" เมื่อเราเสียสละตนเองอย่างสิ้นเชิงในแต่ละด้านเราก็จะมีความสงบสุขและเกิดผลอย่างบริบูรณ์ กล่าวคือ เมื่อเมล็ดพืชตกลงไปในดินและเปื่อยเน่า เมล็ดนั้นก็จะแตกหน่อและเกิดดอกออกผลมาก

พระเยซูทรงทำอะไร พระองค์ทรงสละพระองค์เองอย่างสิ้นเชิง พระเยซูทรงถูกตรึงเพื่อมนุษย์ผู้เป็นคนบาป พระองค์ทรงเปิดหนทางแห่งความรอดและนำบุตรของพระเจ้าจำนวนมากมายกลับมาหาพระองค์

เช่นเดียวกัน เมื่อเราเสียสละก่อน เมื่อเรารับใช้คนอื่นในแต่ละด้านไม่ว่าจะเป็นในครอบครัว ในที่ทำงาน หรือในคริสตจักร เราก็จะได้รับผลเป็นความสงบสุขอันงดงาม

แต่ละคนมีขนาดความเชื่อที่แตกต่างกัน (โรม 12:3) แต่ละคนมีความเห็นและแนวคิดแตกต่างกัน ระดับการศึกษา คุณลักษณะและสภาพการณ์ที่แต่ละคนเติบโตขึ้นมาล้วนแตกต่างกัน ดังนั้นแต่ละคนจึงมีมาตรฐานแตกต่างกันเกี่ยวกับสิ่งที่ตนชอบและสิ่ง

ที่ตนคิดว่าถูกต้อง

ทุกคนมีมาตรฐานแตกต่างกัน ดังนั้นถ้าแต่ละคนยืนกรานกับสิ่งที่ตนต้องการ เราก็ไม่สามารถอยู่กันอย่างสันติได้ ถึงแม้ว่าเราจะเป็นฝ่ายถูกและแม้ว่าเราอาจมีความรู้สึกอึดอัดใจเพราะคนอื่น เราต้องยอมเสียสละตนเองเพื่อทำให้มีความสงบสุข

สมมุติว่าพี่สาวกับน้องสาวซึ่งมีวิถีชีวิตแตกต่างกันอย่างสิ้นเชิงใช้ห้องนอนเดียวกัน พี่สาวต้องการให้ทุกสิ่งทุกอย่างสะอาดเรียบร้อย แต่น้องสาวเป็นคนที่ไม่ชอบวิถีชีวิตแบบนั้น พี่สาวขอร้องให้น้องสาวเปลี่ยนแปลง เมื่อน้องสาวไม่ยอมฟังพี่สาวอาจรู้สึกหงุดหงิด ในที่สุดเธอก็จะแสดงความไม่พอใจออกมาภายนอกด้วยเช่นกัน ในไม่ช้าการทะเลาะเบาะแว้งก็จะเกิดขึ้น

การมีห้องที่สะอาดเรียบร้อยย่อมดีกว่าอย่างแน่นอนในกรณีนี้ แต่ถ้าเราโกรธและสร้างความไม่พอใจให้กับคนอื่นด้วยคำพูดของเรา สิ่งนั้นไม่ถูกต้อง แม้เรามีความรู้สึกอึดอัดใจกับบางสิ่งบางอย่าง แต่เราควรอดทนรอคอยด้วยความรักที่มีต่ออีกคนหนึ่งจนกว่าเขาจะเปลี่ยนแปลงเพื่อจะให้มีความสงบสุข

มีชายคนหนึ่งชื่อมินสัน แม่ของเขาเสียชีวิตเมื่อเขาอายุยังน้อย เขาอยู่กับแม่เลี้ยง แม่เลี้ยงของเขามีลูกชายที่อายุน้อยกว่าเขาอีกสองคน

แม่เลี้ยงปฏิบัติกับมินสันอย่างไม่ถูกต้อง เขาให้เสื้อผ้าและอาหารที่ดีเฉพาะกับลูกชายสองคนของตน มินสันต้องหนาวสั่นในฤดูหนาวเพราะเขาใส่เสื้อผ้าที่ทำจากต้นปรือ

ในวันที่มีอากาศหนาวมากวันหนึ่ง ในขณะที่มินสันกำลังช่วยพ่อของเขาเข็นล้อเลื่อนอยู่นั้นเขาหนาวสั่นมากจนความหนาวสั่นของเขาทำให้ล้อเลื่อนสั่นไปด้วย เมื่อพ่อของเขาจับดูเสื้อผ้าที่ลูกชายสวมใส่เขาจึงรู้ว่าลูกชายของเขาใส่เสื้อผ้าที่ทำจากต้นปรือ

"เขาทำแบบนี้ได้อย่างไร" พ่อของมินสันโกรธมากและเขากำลั

งจะไล่ภรรยาใหม่ของตนออกจากบ้าน แต่มินสันขอร้องไม่ให้พ่อ ทำเช่นนั้น "พ่อครับ อย่าทำเช่นนั้นเลย ถ้าแม่เลี้ยงอยู่ในบ้านหลังนี้มีลูกเพียงคนเดียวที่ลำบาก แต่ถ้าเธอถูกไล่ออกไปจากบ้านลูกทั้งสามคนจะลำบากพร้อมกัน"

แม่เลี้ยงคนนั้นซาบซึ้งใจกับสิ่งที่มินสันพูดอย่างมาก เธอร้องไห้กลับใจจากความผิดที่เธอได้กระทำ หลังจากนั้นทั้งครอบครัวก็อยู่ร่วมกันอย่างสงบสุข

เช่นเดียวกัน คนที่มีความสุภาพอ่อนน้อมเหมือนสำลีและไม่มีการทะเลาะเบาะแว้งหรือมีปัญหากับคนอื่นจะได้รับการต้อนรับและเป็นที่รักในทุกที่ทุกแห่ง คนเช่นนี้คือผู้สร้างสันติ เขาสามารถเสียสละตนเองเพื่อผู้อื่นแม้กระทั่งการสละชีวิตของตน

อับราฮัมคือผู้สร้างสันติ

ผู้คนส่วนใหญ่ต้องการมีความสงบสุขในชีวิตของตน แต่เขาก็ทำไม่ได้เพราะเขาแสวงหาผลประโยชน์ของตนเองเพียงฝ่ายเดียว ถ้าเราไม่แสวงหาประโยชน์ของตนอาจดูเหมือนว่าเราจะเสียเปรียบ แต่ถ้าเรามองด้วยสายตาแห่งความเชื่อเราจะรู้ว่าสิ่งนี้ไม่เป็นความจริง เมื่อทำตามน้ำพระทัยของพระเจ้าด้วยการแสวงหาประโยชน์ของคนอื่น พระเจ้าจะทรงตอบแทนเราด้วยพระพรและคำตอบมากมาย

ในปฐมกาลบทที่ 13 เราพบเรื่องราวของอับราฮัมและโลทหลานชายของท่าน โลทเสียบิดาของตนไปเมื่อเขายังเด็กและติดตามกับอับราฮัมไปเหมือนบิดาของเขาเอง ผลลัพธ์ก็คือเขาได้รับพระพรมากมายเมื่อพระเจ้าทรงรักและทรงอวยพรอับราฮัม คนเหล่านี้มีทรัพย์สมบัติมากมาย ทรัพย์สมบัติของเขารวมไปถึงเงินทองและสัตว์เลี้ยงจำนวนมาก อยู่มาวันหนึ่งคนเลี้ยงสัตว์ของโลทและของอับราฮัมทะเลาะวิวาทกันเนื่องจากเขาไม่มีน้ำเพี

ยงพอที่จะเลี้ยงสัตว์ของตน

สุดท้าย เพื่อป้องกันไม่ให้มีการทะเลาะเบาะแว้งกันขึ้นระหว่างสองครอบครัว อับราฮัมจึงตัดสินใจแยกที่อยู่อาศัยกับโลท เวลานี้อับราฮัมให้สิทธิ์กับโลทก่อนในการเลือกดินแดนที่อุดมสมบูรณ์กว่า

"แผ่นดินทั้งหมดอยู่ตรงหน้าเจ้ามิใช่หรือ โปรดจงแยกไปจากเราเถิด ถ้าเจ้าไปทางซ้ายมือเราจะไปทางขวามือ หรือถ้าเจ้าไปทางขวามือเราจะไปทางซ้ายมือ" (ปฐมกาล 13:9)

โลทเลือกบริเวณหุบเขาจอร์แดนเพราะที่นั่นมีน้ำอุดมสมบูรณ์ จากมุมมองของอับราฮัมท่านเห็นว่าโลทได้รับพระพรเพราะท่านและถ้าเรียงลำดับความอาวุโสในครอบครัวอับราฮัมมีศักดิ์เป็นลุงและโลทเป็นเพียงหลาน ดังนั้นอับราฮัมควรได้รับสิทธิ์เลือกดินแดนที่ดีกว่าก่อนโลท นอกจากนั้น ถ้าอับราฮัมเพียงแค่แสดงออกว่าท่านจะให้สิทธิ์กับโลทเลือกก่อน ท่านคงคิดในใจว่าการกระทำของโลทเป็นสิ่งที่ไม่ถูกต้อง

แต่จากส่วนลึกในจิตใจของอับราฮัมท่านต้องการให้โลทเลือกดินแดนที่ดีกว่า เพราะเหตุนี้ท่านจึงมีความสงบสุขกับโลท ผลลัพธ์ก็คือท่านได้รับพระพรที่ยิ่งใหญ่กว่าจากพระเจ้า

"ภายหลังที่โลทแยกจากท่านไปแล้วพระเยโฮวาห์ตรัสแก่อับรามว่า 'จงเงยหน้าขึ้นแลดูและมองดูจากสถานที่ที่เจ้าอยู่นี้ไปทางทิศเหนือ ทิศใต้ ทิศตะวันออกและทิศตะวันตก เพราะว่าแผ่นดินทั้งหมดซึ่งเจ้าเห็นนี้เราจะยกให้เจ้าและเชื้อสายของเจ้าตลอดไปเป็นนิตย์ เราจะกระทำให้เชื้อสายของเจ้าเหมือนอย่างผงคลีดิน ดังนั้นถ้าผู้ใดสามารถนับผงคลีดินได้ก็จะนับเชื้อสายของเจ้าได้เช่นกัน จงลุกขึ้นเดินไปทั่วแผ่นดินทางด้านยาวด้านกว้างเพราะเราจะยกให้เจ้า'" (ปฐมกาล 13:14-17)

จากนั้นเป็นต้นมาทรัพย์สมบัติและสิทธิอำนาจของอับราฮัม

ก็เพิ่มขึ้นอย่างมากมายจนท่านเป็นที่เคารพนับถือแม้กระทั่งในบรรดากษัตริย์ทั้งหลายที่อยู่ในแถบนั้น ด้วยจิตใจที่ดีงามของท่านอับราฮัมถูกเรียกว่าเป็น "มิตรสหายของพระเจ้า"

คนที่แสวงหาประโยชน์ของคนอื่นในทุกสิ่งจะทำในสิ่งที่คนอื่นต้องการไม่ใช่สิ่งที่ตนต้องการ ถ้าเขาถูกตบแก้มขวาเขาจะยื่นแก้มซ้ายให้ด้วย ถ้ามีขอเสื้อของเขาเขาก็พร้อมที่จะให้เสื้อและเสื้อคลุมกับคนที่ขอจากเขา และถ้ามีคนเกณฑ์ให้เขาเดินทางไปหนึ่งกิโลเมตรเขาก็พร้อมที่จะเดินต่อไปถึงสองกิโลเมตร (มัทธิว 5:39-41)

พระเยซูทรงอธิษฐานเผื่อคนที่กำลังตรึงพระองค์ฉันใด พระองค์ก็ทรงอธิษฐานเผื่อศัตรูของพระองค์และขอพรให้กับเขาด้วยฉันนั้น พระองค์สามารถอธิษฐานเผื่อคนที่ข่มเหงพระองค์ด้วยเช่นกัน เมื่อเราเสียสละตนเองจากส่วนลึกแห่งจิตใจของเราและแสวงหาประโยชน์ของคนอื่น เราก็จะมีความสงบสุข

ความสงบสุขที่อยู่ในความจริงเท่านั้น

สิ่งหนึ่งที่เราต้องระมัดระวังก็คือการมีความอดทนและการปกปิดความผิดของคนอื่นเพื่อความสงบสุขและการละเลยต่อบางสิ่งอย่างดูแคลนมีข้อแตกต่างกัน การมีความสงบสุขไม่ได้หมายถึงการหลีกเลี่ยงหรือประนีประนอมกับบางคนเมื่อเขาทำบาป เราต้องมีความสงบสุขกับทุกคน แต่ความสงบสุขนี้ต้องเป็นความสงบสุขที่อยู่ในความจริง

ยกตัวอย่าง เราอาจได้รับการขอร้องให้คุกเข่าลงกราบรูปเคารพจากคนในครอบครัวหรือจากเพื่อนร่วมงานในที่ทำงาน คนเหล่านี้อาจขอให้เราดื่มเหล้า สิ่งนี้ขัดแย้งกับพระคำของพระเจ้า (อพยพ 20:4-5; เอเฟซัส 5:18) ดังนั้นเราต้องปฏิเสธและเลือกแนวทางที่พระเจ้าพอพระทัย

แต่เมื่อเราทำเช่นนั้นเราต้องมีความฉลาด เราไม่ควรทำร้ายความรู้สึกของคนอื่น เราต้องมีใจกรุณากับทุกคนทุกเวลา เราต้องเอาชนะใจคนเหล่านั้นด้วยความสัตย์ซื่อ เราสามารถโน้มน้าวเขาด้วยจิตใจที่อ่อนสุภาพและขอความเข้าใจจากเขา

ต่อไปนี้เป็นคำพยานของผู้หญิงคนหนึ่งซึ่งเป็นสมาชิกในคริสตจักรของเรา หลังจากเธอถูกรับเข้าทำงานในบริษัทเธอมีปัญหากับเพื่อนร่วมงานอยู่ระยะหนึ่ง คนเหล่านั้นต้องการให้เธอไปเที่ยวและไปประชุมกับเขาในวันอาทิตย์ แต่เธอต้องการที่จะรักษาวันขององค์พระผู้เป็นเจ้าให้บริสุทธิ์

ดังนั้นเธอจึงถูกเพื่อนร่วมงานและผู้บังคับบัญชาลอยแพ แต่เธอไม่ให้ความสนใจกับสิ่งนั้นและมุ่งทำงานต่อไปอย่างสัตย์ซื่อแม้กระทั่งการอาสาตนเองทำงานเล็ก ๆ น้อย ๆ ให้กับพนักงานคนอื่น เมื่อคนเหล่านั้นสัมผัสถึงกลิ่นหอมของพระคริสต์ที่เธอสำแดงออกมาเขารู้สึกประทับใจในตัวเธอมาก เวลานี้คนเหล่านั้นจัดประชุมในวันอื่น ๆ ที่ไม่ใช่วันอาทิตย์และเขาจัดงานแต่งงานในวันเสาร์แทนที่จะเป็นวันอาทิตย์

พระพรของการถูกเรียกว่าเป็นบุตรของพระเจ้า

มัทธิว 5:9 กล่าวว่า “บุคคลผู้ใดสร้างสันติ ผู้นั้นเป็นสุขเพราะว่าพระเจ้าจะทรงเรียกเขาว่าเป็นบุตร” การถูกเรียกว่าเป็นบุตรของพระเจ้าคือพระพรที่ยิ่งใหญ่เพียงใด

คำว่า “บุตร” ในที่นี้ไม่ได้หมายถึง “บุตรชาย” เท่านั้น แต่หมายถึงลูกของพระเจ้าทุกคน แต่คำนี้แตกต่างกันบ้างเล็กน้อยกับคำว่า “บุตร” ในกาลาเทีย 3:26 ที่กล่าวว่า “เพราะว่าท่านทั้งหลายเป็นบุตรของพระเจ้าร่วมในพระเยซูคริสต์โดยความเชื่อ” คำว่า “บุตร” ในกาลาเทียหมายถึงบุตรที่ได้รับความรอดเท่านั้น แต่การเป็น “บุตรของพระเจ้า” ของบุคคลที่สร้างสันติมีความหม

ายฝ่ายวิญญาณที่ลึกซึ้งกว่า กล่าวคือ คำนี้หมายถึงบุตรที่แท้จริงของพระเจ้าซึ่งพระองค์ทรงยอมรับ

ทุกคนที่ต้อนรับเอาพระเยซูคริสต์และมีความเชื่อล้วนเป็นบุตรของพระเจ้า ยอห์น 1:12 กล่าวว่า "แต่ส่วนบรรดาผู้ที่ต้อนรับพระองค์ พระองค์ทรงประทานอำนาจให้เป็นบุตรของพระเจ้า คือคนทั้งหลายที่เชื่อในพระนามของพระองค์" แม้คนเหล่านี้จะได้รับความรอดและเป็นบุตรของพระเจ้า แต่ไม่ใช่ผู้เชื่อทุกคนจะเหมือนกัน

ยกตัวอย่าง แม้พ่อแม่จะมีลูกหลายคนแต่ก็มีลูกเพียงบางคนเท่านั้นที่เข้าใจจิตใจของพ่อแม่และทำให้พ่อแม่สบายใจในขณะที่ลูกคนอื่น ๆ กลับสร้างปัญหาให้กับพ่อแม่ของตนเพียงอย่างเดียว

เช่นเดียวกัน แม้พระเจ้าจะมีบุตรอยู่มากมาย แต่บุตรบางคนก็กำจัดความชั่วร้ายทิ้งไปจากจิตใจของตนและเชื่อฟังพระคำอย่างรวดเร็วในขณะที่บุตรคนอื่น ๆ ไม่ยอมเปลี่ยนแปลงแม้หลังจากช่วงเวลาอันยาวนาน คนเหล่านี้ยังคงฝ่าฝืนพระคำของพระองค์อย่างต่อเนื่อง

ในกรณีนี้พระเจ้าจะทรงถือว่าบุตรคนไหนดีกว่ากัน บุตรที่มีลักษณะเหมือนองค์พระผู้เป็นเจ้า มีจิตใจบริสุทธิ์ และเชื่อฟังพระคำย่อมเป็นบุตรที่ดีกว่าอย่างแน่นอน ดังนั้น ปฐมกาล 17:1 จึงกล่าวว่า "เราเป็นพระเจ้าผู้ทรงมหิทธิฤทธิ์ จงดำเนินอยู่กับต่อหน้าเราและเป็นคนดีพร้อม" พระเจ้าทรงต้องการให้บุตรของพระองค์เป็นคนที่ปราศจากตำหนิและดีพร้อม

เพื่อให้เราถูกเรียกว่าเป็นบุตรของพระเจ้าเราต้องมีลักษณะเหมือนพระเยซูพระผู้ช่วยให้รอดของเรา (โรม 8:29) พระเยซูพระบุตรของพระเจ้าทรงเป็นผู้สร้างสันติด้วยการเสียสละพระองค์เองแม้กระทั่งการถูกตรึงบนกางเขน

เช่นเดียวกัน เมื่อเรามีลักษณะเหมือนพระเยซูในการเสียสละตนเองและการแสวงหาความสงบสุขเราก็จะถูกเรียกว่าเป็นบุตรข

องพระเจ้า จากนั้นเราก็จะมีสิทธิอำนาจฝ่ายวิญญาณและฤทธิ์อำนาจที่พระเยซูทรงเคยมีเช่นกัน (มัทธิว 10:1)

ถ้าเราถูกเรียกว่าเป็นบุตรของพระเจ้าเราก็สามารถรักษาโรคที่ไม่มีทางรักษา (เช่น โรคมะเร็ง โรคเอดส์ และโรคมะเร็งในเม็ดเลือด เป็นต้น) ให้หายได้เหมือนดังที่พระเยซูทรงรักษาโรคภัยมากมายให้หาย ขับผีออก และทำให้คนตายเป็นขึ้นมา

นอกจากนี้ แม้แต่คนง่อย คนตาบอด คนใบ้ คนตาย และแม้กระทั่งคนที่เป็นง่อยมาตั้งแต่เกิดก็สามารถรับการรักษาให้หาย ตาของเขาจะมองเห็นได้อีก ขาของเขาจะเดินได้ และคนตายจะเป็นขึ้นมา

ผีมาร ซาตานจะกลัวและตัวสั่น ดังนั้นคนที่ถูกผีสิงหรือถูกครอบงำจากอำนาจมืดจึงได้รับการปลดปล่อยให้เป็นอิสระ (มาระโก 16:17-18) การรักษาโรคที่เหนือข้อจำกัดของเวลาและสถานที่จะปรากฏให้เห็น การทำงานอย่างอัศจรรย์จะเกิดขึ้นผ่านสิ่งของต่าง ๆ ที่เรามีอยู่ (เช่น ผ้าเช็ดหน้า) เหมือนดังในกรณีของอัครทูตเปาโล (กิจการ 19:11-12)

นอกจากนั้น เราจะสามารถเปลี่ยนแปลงสภาพดินฟ้าอากาศได้เช่นกันเหมือนดังที่พระเยซูทรงทำให้ลมพายุเงียบสงบ (มัทธิว 8:26-27) ฝนจะหยุดตกและเราสามารถเปลี่ยนเส้นทางของพายุไต้ฝุ่นหรือพายุเฮอริเคนหรือทำให้สิ่งเหล่านี้จางหายไปได้ เราสามารถมองเห็นสายรุ้งในวันที่ท้องฟ้าปลอดโปร่งด้วยเช่นกัน

นอกเหนือจากสิ่งเหล่านี้แล้ว ถ้าเราถูกเรียกว่าเป็นบุตรของพระเจ้าเราก็จะเข้าไปสู่นครเยรูซาเล็มใหม่ซึ่งเป็นที่ตั้งของพระที่นั่งของพระเจ้า ที่นั่นเราจะชื่นชมกับเกียรติยศและสง่าราศีในฐานะบุตรที่แท้จริงของพระเจ้า ถ้าเรามีความเชื่อที่ทำให้เราได้รับความรอดเราก็จะเข้าไปสู่เมืองบรมสุขเกษม แต่ถ้าเราเป็นบุตรที่แท้จริงของพระเจ้าที่พระองค์ทรงเรียกเราว่าเป็นบุตร เราก็สามา

รถเข้าไปสู่นครเยรูซาเล็มใหม่ซึ่งเป็นที่อยู่อาศัยที่งดงามที่สุดใน แผ่นดินสวรรค์

เกียรติยศและสง่าราศีขององค์ชายที่จะขึ้นครองราชย์ยิ่งให ญ่เพียงใด ถ้าเรามีลักษณะเหมือนพระเจ้าผู้ทรงครอบครองเหนือ สิ่งสารพัดและถูกเรียกว่าบุตรของพระเจ้า เกียรติและศักดิ์ศรีข องเราก็จะยิ่งใหญ่มาก เราจะได้รับการคุ้มกันโดยเหล่าทูตบริวารแ ห่งสวรรค์และจะได้รับการยกย่องจากผู้คนจำนวนมากในแผ่นดินส วรรค์ชั่วนิรันดร์

ยิ่งกว่านั้น เราจะได้ชื่นชมกับสิ่งที่งดงามและล้ำเลิศรวมทั้ง บ้านเรือนอันสง่างามในนครเยรูซาเล็มใหม่อีกมากมายด้วยเช่น กัน เราจะมีชีวิตอยู่ในความสุขนิรันดร์ตลอดไป

ด้วยเหตุนี้ เราจึงควรแบกกางเขนของตนและเป็นผู้สร้างสัน ติด้วยพระทัยขององค์พระผู้เป็นเจ้าผู้ทรงสละพระองค์เองแม้กระ ทั่งการถูกตรึงบนกางเขนเพื่อเราจะได้รับความรักและพระพรอัน ยิ่งใหญ่ของพระเจ้า

บทที่ 8

พระพรประการที่แปด

มัทธิว 5:10

"บุคคลผู้ใดต้องถูกข่มเหงเพราะเหตุความชอบธรรม ผู้นั้นเป็นสุข เพราะว่าแผ่นดินสวรรค์เป็นของเขา"

"จงเชื่อในพระเยซูคริสต์และรับเอาความรอด"

"ท่านจะได้รับพระพรในทุกสิ่งด้วยการเชื่อในพระเจ้าผู้ยิ่งใหญ่"

บ่อยครั้งนักเทศน์จะพูดว่าเมื่อเราเชื่อในพระเยซูคริสต์เราจะได้รับความรอดและพระพรในทุกสิ่งทุกอย่าง เราจะมีความมั่งคั่งในชีวิตด้วยการได้รับคำตอบต่อปัญหาทุกอย่างของชีวิต

เราถวายเกียรติยศแด่พระเจ้าในคริสตจักรของเราด้วยการแบ่งปันคำพยานมากมายทุกสัปดาห์

แต่พระคัมภีร์ก็บอกเราเช่นกันว่าเมื่อเราเชื่อในพระเยซูคริสต์เราจะพบกับความยากลำบากและการข่มเหงด้วยเช่นกัน เราเสียสละเพื่อเห็นแก่องค์พระผู้เป็นเจ้ามากเท่าใดเราจะได้รับพระพรแห่งชีวิตนิรันดร์และพระพรบนโลกนี้มากเท่านั้น แต่จากนั้นเราจะพบกับการข่มเหงด้วยเช่นกัน (ฟีลิปปี 1:29)

"พระเยซูตรัสตอบว่า 'เราบอกความจริงแก่ท่านว่าถ้าผู้ใดได้สละบ้าน หรือพี่น้องชายหญิง หรือบิดามารดา หรือภรรยา หรือบุตร หรือที่ดิน เพราะเห็นแก่เราและข่าวประเสริฐนั้น ในเวลานี้ผู้นั้นจะได้รับตอบแทนร้อยเท่า คือบ้าน พี่น้องชายหญิง มารดา บุตรและที่ดิน ทั้งจะถูกการข่มเหงด้วย และในโลกหน้าจะได้ชีวิตนิรันดร์'" (มาระโก 10:29-30)

การถูกข่มเหงเพราะเหตุความชอบธรรม

การถูกข่มเหงเพราะเหตุความชอบธรรมหมายถึงอะไร หมายถึงการข่มเหงที่เราพบเมื่อเราดำเนินชีวิตตามพระคำของพระเจ้า ความจริง ความดีงาม และความสว่าง

แน่นอน เราจะไม่พบกับการข่มเหงถ้าเพียงแต่เรายอมประนีปร

ะนอมและไม่ได้ดำเนินชีวิตคริสเตียนอย่างถูกต้อง แต่ 2 ทิโมธี 3:12 กล่าวว่า "แท้จริงทุกคนที่ปรารถนาจะดำเนินชีวิตตามทางของพระเจ้าในพระเยซูคริสต์จะถูกกดขี่ข่มเหง" ถ้าเราทำตามพระคำของพระเจ้าเราอาจพบกับความยากลำบากหรืออาจถูกข่มเหงโดยไม่มีเหตุผล

ยกตัวอย่าง ในสมัยที่เรายังไม่เชื่อในองค์พระผู้เป็นเจ้าเราดื่มเหล้า ใช้ภาษาไม่สุภาพ และมีพฤติกรรมที่หยาบคาย แต่หลังจากเราได้รับพระคุณจากพระเจ้าเราพยายามที่จะเลิกดื่มเหล้าและมีชีวิตที่ยำเกรงพระเจ้า ดังนั้นเราจึงมีแนวโน้มที่จะเหินห่างไปจากเพื่อนฝูงที่ไม่เชื่อ แม้เราจะคบค้าสมาคมกับเขาแต่คนเหล่านั้นก็ไม่อาจทำสิ่งต่าง ๆ ที่เขาเคยทำร่วมกับเราเหมือนแต่ก่อนได้ สิ่งนี้อาจทำให้เขาไม่พอใจหรือเขาพูดจาต่อต้านความประพฤติใหม่ของเรา

ในกรณีของผมก็เช่นเดียวกัน ก่อนที่ผมต้อนรับเอาองค์พระผู้เป็นเจ้าผมมีเพื่อนกินเพื่อนดื่มอยู่หลายคน นอกจากนั้น เมื่อญาติพี่น้องของผมพบปะกันเราจะดื่มกันหนักมาก แต่หลังจากที่ผมต้อนรับเอาองค์พระผู้เป็นเจ้าและเข้าร่วมในการประชุมฟื้นฟูผมเริ่มเข้าใจน้ำพระทัยของพระเจ้าว่าพระองค์ไม่ต้องการให้เราเมาเหล้า ผมจึงเลิกดื่มเหล้าทันที

ผมไม่เสิร์ฟเหล้าให้กับเพื่อนฝูงและญาติพี่น้องของผมเช่นกัน คนเหล่านั้นจึงบ่นพร้อมกับตำหนิว่าผมไม่ได้ปฏิบัติกับเขาเหมือนที่ผมเคยทำในอดีต

นอกจากนี้ หลังจากเราต้อนรับเอาองค์พระผู้เป็นเจ้าและรักษาวันขององค์พระผู้เป็นเจ้าให้บริสุทธิ์ บางครั้งเราไม่สามารถเข้าร่วมการพบปะสังสรรค์ที่จัดขึ้นโดยที่ทำงานหรือกิจกรรมทางสังคมอื่น ๆ ในครอบครัวที่ยังไม่รู้จักกับพระเจ้าเราอาจพบกับการข่

มเหงเนื่องจากเราไม่กราบไหว้รูปเคารพ

ความชั่วเกลียดชังความสว่าง

ทำไมเราจึงต้องทนทุกข์เมื่อเราเชื่อในองค์พระผู้เป็นเจ้า สิ่งนี้เป็นเหมือนน้ำกับน้ำมันที่เข้ากันไม่ได้ พระเจ้าทรงเป็นความสว่างและคนที่เชื่อในองค์พระผู้เป็นเจ้าและดำเนินชีวิตตามพระคำในฝ่ายวิญญาณจะเป็นของความสว่าง (1 ยอห์น 1:5) แต่เจ้าผู้ครองของโลกนี้คือผีมารซาตานซึ่งเป็นผู้ครอบครองความมืดแห่งโลกนี้ (เอเฟซัส 6:12)

ด้วยเหตุนี้ ความมืดจางหายไปเมื่อความสว่างเกิดขึ้นฉันใด เมื่อจำนวนผู้เชื่อที่เป็นเหมือนความสว่างเพิ่มมากขึ้น อำนาจครอบครองของผีมารซาตานก็จะลดลง ผีมารซาตานควบคุมผู้คนชาวโลกซึ่งเป็นของมันเอาไว้ ผีมารซาตานจะปลุกเร้าให้คนเหล่านี้ข่มเหงผู้เชื่อเพื่อทำให้เขาเลิกเชื่อ

"เพราะทุกคนที่ประพฤติชั่วก็เกลียดความสว่าง และไม่มาถึงความสว่าง ด้วยกลัวว่าการกระทำของตนจะถูกตำหนิ แต่ผู้ที่ประพฤติตามความจริงก็มาสู่ความสว่าง เพื่อจะให้การกระทำของตนปรากฏว่าได้กระทำการนั้นโดยพึ่งพระเจ้า" (ยอห์น 3:20-21)

คนที่มีจิตใจดีงามอาจประทับใจและยอมรับเอาพระกิตติคุณ เมื่อเขาเห็นคนอื่นดำเนินชีวิตอยู่ในความชอบธรรมตามพระคำของพระเจ้า แต่คนชั่วร้ายจะคิดว่าสิ่งนั้นเป็นความโง่เขลา เขาจะเกลียดชังพระกิตติคุณและข่มเหงผู้เชื่อ

บางคนพยายามที่จะโน้มน้าวผู้เชื่อด้วยหลักเหตุผลของตน เขาจะพูดว่า "คุณต้องเป็นคนที่สุดขั้วขนาดนั้นเชียวหรือ คุณรู้ไ

หมว่าคนที่เติบโตขึ้นในครอบครัวคริสเตียนและคนที่เป็นถึงผู้ปกครองในคริสตจักรบางคนก็ยังดื่มเหล้าอยู่เลย” แต่บุตรของพระเจ้าไม่ควรประพฤติตามความอธรรมที่พระเจ้าทรงเกลียดชังเพียงเพราะไม่อยากทำร้ายความรู้สึกของเพื่อนร่วมงาน ญาติพี่น้อง หรือมิตรสหายในชั่วครู่

พระเจ้าทรงประทานพระบุตรองค์เดียวของพระองค์เพื่อเราที่เป็นคนบาป พระเยซูทรงรับเอาการดูหมิ่นและการข่มเหงทุกรูปแบบ ในที่สุดพระองค์ทรงรับเอาความผิดบาปของเราด้วยการสิ้นพระชนม์บนไม้กางเขน ถ้าเราคิดถึงความรักนี้เราจะไม่สามารถประนีประนอมกับโลกเพียงเพราะเห็นแก่ความสะดวกสบายเพียงชั่วครู่ไม่ว่าเราจะพบกับการข่มเหงรูปแบบใดก็ตาม

ตัวอย่างของการถูกข่มเหงเพราะเหตุความชอบธรรม

ในปีก่อนศตวรรษที่ 605 เนื่องจากการโจมตีของเนบูคัดเนสซาร์แห่งบาบิโลน ชัดรัค เมชาค และอาเบดเนโกถูกจับไปเป็นเชลยพร้อมกับดาเนียล แม้จะอาศัยอยู่ในวัฒนธรรมของคนต่างชาติซึ่งเต็มไปด้วยตัณหาและการกราบไหว้รูปเคารพ แต่คนเหล่านี้ก็ยังคงรักษาความเชื่อและความยำเกรงในพระเจ้าเอาไว้

วันหนึ่ง คนเหล่านั้นพบกับสถานการณ์ที่ลำบากมาก กษัตริย์เนบูคัดเนสซาร์สร้างรูปวัวทองคำและมีบัญชาให้ทุกคนในประเทศคุกเข่าลงต่อหน้ารูปปั้นนั้น ถ้าผู้ใดไม่เชื่อฟังคำบัญชาของกษัตริย์เขาจะต้องถูกโยนลงไปในกองไฟ

ชัดรัค เมชาค และอาเบดเนโกสามารถหลีกเลี่ยงปัญหานี้ได้ถ้าเพียงแต่เขาคุกเข่าให้กับรูปปั้นนั้นแค่ครั้งเดียว แต่คนเหล่านั้นไม่ยอมคุกเข่า

เพราะอพยพ 20:4-5 กล่าวว่า "อย่าทำรูปเคารพสลักสำหรับตนเป็นรูปสิ่งหนึ่งสิ่งใด ซึ่งมีอยู่ในฟ้าเบื้องบน หรือซึ่งมีอยู่ที่แผ่นดินเบื้องล่าง หรือซึ่งมีอยู่ในน้ำใต้แผ่นดิน อย่ากราบไหว้หรือปรนนิบัติรูปเหล่านั้น เพราะเราคือพระเยโฮวาห์พระเจ้าของเจ้าเป็นพระเจ้าที่หวงแหน ให้โทษเพราะความชั่วช้าของบิดาตกทอดไปถึงลูกหลานของผู้ที่ชังเราจนถึงสามชั่วสี่ชั่วอายุคน"

ในที่สุด เพื่อนทั้งสามคนของดาเนียลจึงถูกโยนลงไปในกองไฟ ถ้อยคำของบุคคลทั้งสามในวินาทีนั้นน่าประทับใจมาก

"ถ้าพระเจ้าของพวกข้าพระองค์ผู้ซึ่งพวกข้าพระองค์ปรนนิบัติ สามารถช่วยพวกข้าพระองค์ให้พ้นจากเตาที่ไฟลุกอยู่ โอ ข้าแต่กษัตริย์ พระองค์ก็จะทรงช่วยพวกข้าพระองค์ให้พ้นพระหัตถ์ของพระองค์ แต่ถ้าไม่เป็นเช่นนั้น โอ ข้าแต่กษัตริย์ ขอพระองค์ทรงทราบว่า พวกข้าพระองค์จะไม่ปรนนิบัติพระของพระองค์ หรือนมัสการปฏิมากรทองคำซึ่งพระองค์ได้ทรงตั้งขึ้น" (ดาเนียล 3:17-18)

แม้จะตกอยู่ในสถานการณ์ที่คุกคามชีวิตของตน แต่บุคคลทั้งสามก็ไม่ยอมประนีประนอมกับการรักษาความเชื่อของตน พระเจ้าทรงทอดพระเนตรเห็นความเชื่อของเขาและทรงช่วยกู้เขาให้รอดจากเตาไฟ

การถูกข่มเหงเพราะความบกพร่องของตนเอง

สิ่งหนึ่งที่เราต้องจดจำเอาไว้ในที่นี้ ก็คือมีหลายกรณีที่เราถูกข่มเพราะความบกพร่องของเราไม่ใช่ถูกข่มเหงเพราะเหตุความชอบธรรมเหมือนเพื่อนทั้งสามคนของดาเนียล

ยกตัวอย่าง มีผู้เชื่อบางคนที่ไม่ได้ทำหน้าที่ของตนโดยให้เห

ตุผลว่าตนกำลังทำงานของพระเจ้า

ถ้านักเรียนไม่ยอมเรียนหนังสือและถ้าแม่บ้านไม่ยอมดูแลบ้านเพื่อจะเอาเวลาไปทำกิจกรรมของคริสตจักร คนเหล่านี้จะถูกข่มเหงจากคนในครอบครัวของตน คนเหล่านี้ถูกข่มเหงเพราะเขาละเลยต่อการทำหน้าที่ของตนในฐานะนักเรียนหรือในฐานะแม่บ้าน แต่คนเหล่านี้เข้าใจผิดโดยคิดว่าตนกำลังถูกข่มเหงเพราะเขาทำงานของพระเจ้า

ผู้เชื่อคนหนึ่งไม่ชอบทำงานหนักเมื่อเข้าไปในที่ทำงาน เขาพยายามที่จะเบี่ยงบ่ายงานของตนให้กับคนอื่นโดยแก้ตัวว่าเขาต้องทำงานคริสตจักร จากนั้นเขาจึงถูกตักเตือนหรือถูกตำหนิจากที่ทำงาน สิ่งนี้ไม่ใช่การถูกข่มเหงเพราะเหตุความชอบธรรม

ดังนั้น 1 เปโตร 2:19-20 จึงกล่าวว่า "เพราะว่าถ้าผู้ใดเพราะเห็นแก่ใจวินิจฉัยผิดชอบจำเพาะพระเจ้ายอมอดทนต่อความทุกข์โศกเศร้าอย่างอยุติธรรม นี่แหละเป็นความชอบ ด้วยว่าถ้าท่านทำการชั่ว แล้วถูกเฆี่ยนเพราะการชั่วนั้น แม้ท่านทนถูกเฆี่ยนด้วยอดกลั้นใจ จะเป็นที่สรรเสริญอะไรแก่ท่าน แต่ว่าถ้าท่านทั้งหลายกระทำการดี และทนเอาการข่มเหงด้วยอดกลั้นใจเพราะการดีนั้น เช่นนี้แหละเป็นการชอบพระทัยพระเจ้า"

บุคคลผู้ใดต้องถูกข่มเหงเพราะเหตุความชอบธรรมผู้นั้นเป็นสุข

มัทธิว 5:10 กล่าวว่า "บุคคลผู้ใดต้องถูกข่มเหงเพราะเหตุความชอบธรรม ผู้นั้นเป็นสุขเพราะว่าแผ่นดินสวรรค์เป็นของเขา" เพราะเหตุใดพระคัมภีร์จึงกล่าวคนเหล่านี้จะเป็นสุข การข่มเหงที่บุคคลได้รับเนื่องจากความชั่วร้ายหรือความอสัตย์อธรรมของเขาไม่อาจเป็นพระพรหรือรางวัลได้ แต่การข่มเหงเพราะเหตุความช

อบธรรมคือพระพรเพราะคนที่ถูกข่มเหงจะได้รับแผ่นดินสวรรค์เป็นมรดก

พื้นดินหลังจากฝนตกจะมีความแข็งแกร่งมากขึ้นฉันใด จิตใจของเราจะเข้มแข็งและสมบูรณ์แบบมากขึ้นหลังจากการข่มเหงด้วยฉันนั้น เราจะค้นพบความเท็จที่เราไม่ทราบมาก่อนและจะกำจัดสิ่งนั้นทิ้งไป เราจะปลูกฝังความอ่อนสุภาพและสันติสุขพร้อมกับมีพระทัยขององค์พระผู้เป็นเจ้าเพื่อจะรักศัตรูของเรา

ก่อนหน้านี้ ถ้าเราถูกตบแก้มข้างหนึ่งเราจะโกรธและตบคืน แต่หลังจากพบกับการข่มเหงเราเรียนรู้ในเรื่องการรับใช้และความรักซึ่งทำให้เราสามารถหันแก้มอีกข้างหนึ่งให้กับเขา

นอกจากนั้น คนที่เคยโศกเศร้าและบ่นเมื่อพบกับความยากลำบากจะมีความเชื่อที่เข้มแข็งมากขึ้นผ่านการข่มเหง ตอนนี้เขามีความหวังในเรื่องแผ่นดินสวรรค์พร้อมกับขอบพระคุณและชื่นชมยินดีในทุกสถานการณ์

ผมขอเล่าตัวอย่างจากชีวิตจริงให้ท่านฟัง สมาชิกคริสตจักรของเราคนหนึ่งมีปัญหากับเพื่อนร่วมงานคนหนึ่งในเกือบทุกเรื่องในที่ทำงานของเขา เพื่อนร่วมงานคนนั้นจะใส่ร้ายเขาโดยไม่มีเหตุผล การกระทำของเขาไร้สามัญสำนึกและสมาชิกของเราคนนี้ต้องทนทุกข์อย่างมากเพราะเรื่องนี้

คนอื่นเคยพูดว่าสมาชิกของเราคนนี้เป็นคนดี แต่จากสถานการณ์ในครั้งนี้เขาพบว่าเขาเองก็มีความเกลียดชังอยู่ในใจของตนเช่นกัน เขาตัดสินใจที่จะโอบอุ้มเพื่อนร่วมงานคนนั้นเอาไว้ในจิตใจของเขาเพราะพระเจ้าทรงบอกให้เขารักแม้กระทั่งศัตรู เขาจดจำสิ่งที่เพื่อนร่วมงานคนนั้นเคยชอบและจะมอบสิ่งนั้นในเขาในบางโอกาส

เมื่อเขายังอธิษฐานเผื่อเพื่อนร่วมงานของตนคนนั้นเขาเริ่ม

มีความรักที่แท้จริงต่อเพื่อนร่วมงานคนนั้น ความสัมพันธ์ของเขาเริ่มใกล้ชิดมากขึ้นและเขามีความเป็นมิตรกันมากขึ้นกว่าพนักงานคนอื่นใดในที่ทำงาน

สดุดี 119:71 กล่าวว่า "ดีแล้วที่ข้าพระองค์ทุกข์ยากเพื่อข้าพระองค์จะเรียนรู้ถึงกฎเกณฑ์ของพระองค์" จากความยากลำบากที่เราได้รับทำให้เราถ่อมตัวลงมากขึ้น เราละทิ้งความชั่วและความบาปพร้อมพึ่งพิงองค์พระผู้เป็นเจ้าและได้รับการชำระให้บริสุทธิ์ ในไม่ช้าการข่มเหงก็จะหมดไป

ถ้าเราถูกข่มเหงเพราะเหตุความชอบธรรม ความเชื่อของเราจะเติบโตขึ้น จากนั้นเราจะเป็นที่เคารพนับถือของคนที่อยู่รอบข้างเราและจะได้รับพระพรทางด้านวัตถุและพระพรฝ่ายวิญญาณที่พระเจ้าทรงประทานให้กับเรา นอกจากนี้ ยิ่งเรามีความชอบธรรมมากขึ้นเท่าใดในชีวิตของเรา เราก็จะก้าวหน้าไปสู่ที่อยู่อาศัยที่ดีกว่ามากขึ้นเท่านั้นในแผ่นดินสวรรค์ นี่เป็นพระพรที่ยิ่งใหญ่มากทีเดียว

ที่อยู่อาศัยและสง่าราศีในสวรรค์จะแตกต่างกัน

อะไรคือข้อแตกต่างระหว่างสวรรค์ของคนที่รู้สึกบกพร่องฝ่ายวิญญาณและสวรรค์ของคนที่ถูกข่มเหงเพราะเหตุความชอบธรรมจะได้รับ ที่จริงสวรรค์ทั้งสองแห่งนี้มีข้อแตกต่างกันอย่างมาก สวรรค์ของคนที่รู้สึกบกพร่องฝ่ายวิญญาณจะได้รับเป็นสวรรค์ในความหมายทั่วไปซึ่งทุกคนที่รอดสามารถเข้าไปในสถานที่แห่งนี้ แต่สวรรค์ของคนที่ถูกข่มเหงเพราะเหตุความชอบธรรมจะได้รับเป็นที่อยู่อาศัยที่ดีกว่าตามขนาดของการถูกข่มเหงเพราะเหตุความชอบธรรมแต่ละคนได้รับ

ที่อยู่อาศัยและรางวัลของเราในสวรรค์จะแตกต่างกันออกไปโดยขึ้นอยู่กับว่าเราได้รับการชำระให้บริสุทธิ์มากเพียงใด เราบุตรที่แท้จริงที่พระเจ้าต้องการแค่ไหน และเราทำหน้าที่ของตนดีเพียงใด

ยอห์น 14:2 กล่าวว่า “ในพระนิเวศของพระบิดาเรามีคฤหาสน์หลายแห่ง ถ้าไม่มีเราคงได้บอกท่านแล้ว เราไปจัดเตรียมที่ไว้สำหรับท่านทั้งหลาย”

1 โครินธ์ 15:41 กล่าวเช่นกันว่า “สง่าราศีของดวงอาทิตย์ก็อย่างหนึ่ง สง่าราศีของดวงจันทร์ก็อย่างหนึ่ง สง่าราศีของดวงดาวก็อย่างหนึ่ง แท้ที่จริงสง่าราศีของดาวดวงหนึ่งก็ต่างกันกับสง่าราศีของดาวดวงอื่น ๆ” เราจะเห็นว่าที่อยู่อาศัยและสง่าราศีที่เราจะได้รับในแผ่นดินสวรรค์จะแตกต่างกันตามขนาดของความชอบธรรมที่เราบรรลุ

บุคคลที่รู้สึกบกพร่องฝ่ายวิญญาณได้แก่ผู้คนที่ต้อนรับเอาองค์พระผู้เป็นเจ้าและมีสิทธิเข้าไปสู่แผ่นดินสวรรค์ จากนั้นคนเหล่านี้จะเป็นคนที่มีใจอ่อนโยนและมีใจบริสุทธิ์ด้วยการร้องไห้คร่ำครวญและกลับใจจากบาปของตนเพื่อจะกำจัดความบาปนั้นทิ้งไป คนเหล่านี้ต้องเติบโตขึ้นในความเชื่ออย่างต่อเนื่องด้วยการทำตามความชอบธรรมอย่างต่อเนื่อง

กล่าวคือ คนที่สำนึกถึงความชั่วร้ายของตนกำจัดความชั่วนั้นทิ้งไป และได้รับการชำระให้บริสุทธิ์ผ่านการข่มเหงและความยากลำบากเท่านั้นที่จะสามารถเข้าไปสู่ที่อยู่อาศัยที่ดีกว่าในสวรรค์และเขาจะเห็นพระเจ้าพระบิดาด้วยเช่นกัน

การถูกข่มเหงเพื่อองค์พระผู้เป็นเจ้า

เมื่อเราบรรลุถึงความชอบธรรมมากขึ้นการข่มเหงก็จะหมดไป เมื่อความเชื่อของเราเติบโตขึ้นและเราดีพร้อมมากขึ้น เรา

ก็จะกลายเป็นที่เคารพนับถือจากผู้คนรอบข้างเรา นอกจากนี้เราจะได้รับพระพรทางด้านวัตถุและพระพรฝ่ายวิญญาณจากพระเจ้าด้วยเช่นกัน

เราเห็นเรื่องนี้ในกรณีของเพื่อนทั้งสามคนของดาเนียล คนเหล่านั้นถูกข่มเหงเพราะเขายึดมั่นอยู่ในความชอบธรรมเพื่อพระเจ้า ทั้งสามคนถูกโยนลงไปในเตาไฟที่ร้อนกว่าไฟธรรมดาถึงเจ็ดเท่า แต่พระเจ้าทรงปกป้องเขาเอาไว้ แม้แต่ผมสักเส้นหนึ่งของเขาก็ไม่หงิกงอ

เมื่อเห็นการทำงานของพระเจ้า กษัตริย์เนบูคัดเนสซาร์ได้ถวายเกียรติยศแด่พระเจ้าผู้ยิ่งใหญ่และได้ยกย่องเชิดชูบุคคลทั้งสามด้วยเช่นกัน

แต่ไม่ได้หมายความว่าการข่มเหงทุกอย่างจะหมดไปเพียงเพราะเราบรรลุถึงความชอบธรรมอย่างสมบูรณ์ด้วยการประพฤติตามพระคำของพระเจ้า นอกจากนั้นยังมีการข่มเหงที่คนงานของพระเจ้าต้องประสบเพื่อเห็นแก่แผ่นดินของพระเจ้า

“เมื่อเขาจะติเตียนข่มเหงและนินทาว่าร้ายท่านทั้งหลายเป็นความเท็จเพราะเรา ท่านก็เป็นสุข จงชื่นชมยินดีอย่างเหลือล้นเพราะว่าบำเหน็จของท่านมีบริบูรณ์ในสวรรค์ เพราะเขาได้ข่มเหงศาสดาพยากรณ์ทั้งหลายที่อยู่ก่อนท่านเหมือนกัน” (มัทธิว 5:11-12)

บิดาแห่งความเชื่อหลายคนแบกรับเอาความทุกข์ลำบากด้วยความเต็มใจเพื่อทำให้น้ำพระทัยของพระเจ้าสำเร็จ ประการแรกพระองค์ทรงดำรงอยู่ในสภาพของพระเจ้า พระองค์ทรงปราศจากตำหนิและไร้มลทิน แต่พระองค์ทรงยอมรับการเอาการลงโทษของคนบาป เพื่อทำให้การจัดเตรียมเรื่องความรอดสำเร็จพระองค์ทรงยอมถูกเฆี่ยนและทรงถูกตรึงท่ามกลางการดูหมิ่นเหยียดหยาม

ทุกรูปแบบ

อัครทูตเปาโล

ขอให้เราพิจารณาตัวอย่างของอัครทูตเปาโล ท่านเป็นผู้วางรากฐานให้กับการทำพันธกิจโลกด้วยการประกาศพระกิตติคุณกับคนต่างชาติ ท่านก่อตั้งคริสตจักรมากมายผ่านการเดินทางไปเป็นมิชชันนารีทั้งสามเที่ยว ภารกิจนี้ไม่ใช่เรื่องง่าย เรารู้ว่าท่านพบกับความยากลำบากมากเพียงใดผ่านทางถ้อยคำของท่าน

"เขาเป็นผู้รับใช้ของพระคริสต์หรือ ข้าพเจ้าเป็นดีกว่าเขาเสียอีก (ข้าพเจ้าพูดอย่างคนโง่) ข้าพเจ้าทำงานมากยิ่งกว่าเขาอีก ข้าพเจ้าถูกโบยตีเกินขนาด ข้าพเจ้าติดคุกมากกว่าเขา ข้าพเจ้าหวิดตายบ่อย ๆ พวกยิวเฆี่ยนข้าพเจ้าห้าครั้ง ๆ ละสามสิบเก้าที เขาตีข้าพเจ้าด้วยไม้เรียวสามครั้ง เขาเอาก้อนหินขว้างข้าพเจ้าครั้งหนึ่ง ข้าพเจ้าเผชิญภัยเรือแตกสามครั้ง ข้าพเจ้าลอยอยู่ในทะเลคืนหนึ่งกับวันหนึ่ง ข้าพเจ้าต้องเดินทางบ่อย ๆ เผชิญภัยอันน่ากลัวในแม่น้ำ เผชิญโจรภัย เผชิญภัยจากชนชาติของข้าพเจ้าเอง เผชิญภัยจากคนต่างชาติ เผชิญภัยในนคร เผชิญภัยในป่า เผชิญภัยในทะเล เผชิญภัยจากพี่น้องเทียม ต้องทำงานเหน็ดเหนื่อยและยากลำบาก ต้องอดหลับอดนอนบ่อยๆ ต้องหิวและกระหาย ต้องอดข้าวบ่อย ๆ ต้องทนหนาวและเปลือยกาย" (2 โครินธ์ 11:23-27)

มีคนที่ปฏิญาณตนไว้เช่นกันว่าถ้าเขาฆ่าเปาโลไม่ได้เขาจะไม่ยอมกินอะไรเลย ลองคิดดูซิว่าความทุกข์ลำบากที่ท่านต้องเผชิญนั้นมีมากเพียงใด (กิจการ 23:12) แต่ไม่ว่าสถานการณ์ของการ

ข่มเหงจะรุนแรงเพียงใดก็ตาม อัครทูตเปาโลก็ชื่นบานและขอบพระคุณอยู่เสมอเพราะท่านมีความหวังในเรื่องแผ่นดินสวรรค์ ท่านสัตย์ซื่อตราบจนวันตายเพื่อเห็นแก่แผ่นดินและความชอบธรรมของพระเจ้าโดยไม่เสียดายชีวิตของตน (2 ทิโมธี 4:7-8)

การที่คนของพระเจ้าทนทุกข์ไม่ใช่เพราะว่าเขาไม่มีฤทธิ์อำนาจ เมื่อพระเยซูทรงถูกตรึงบนกางเขน ถ้าเพียงแต่พระองค์ต้องการพระองค์ก็สามารถเรียกทูตสวรรค์สิบสองกองทัพลงมาทำลายคนชั่วที่อยู่ที่นั่นได้ (มัทธิว 26:53)

ทั้งโมเสสและอัครทูตเปาโลมีฤทธิ์อำนาจอันยิ่งใหญ่จนผู้คนคิดว่าท่านเป็น "พระ" (อพยพ 7:1; กิจการ 14:8-11) ประชาชนนำเอาผ้าเช็ดหน้าหรือผ้ากันเปื้อนที่เปาโลสัมผัสไปวางบนคนป่วย คนเหล่านั้นก็หายโรคและวิญญาณชั่วก็ถูกขับออกไปจากเขา (กิจการ 19:12)

แต่เพราะคนของพระเจ้ารู้ว่าการจัดเตรียมของพระเจ้าจะสำเร็จมากยิ่งขึ้นผ่านการทนทุกข์ของเขา ดังนั้นเขาจึงไม่พยายามหลีกเลี่ยงหรือหลบหนีความทุกข์ลำบาก แต่เขายอมรับเอาสิ่งเหล่านั้นด้วยความยินดี คนเหล่านั้นประกาศถึงน้ำพระทัยของพระเจ้าด้วยใจร้อนรนและทำสิ่งที่พระเจ้าทรงบัญชาให้เขาทำ

บำเหน็จอันยิ่งใหญ่เมื่อเราชื่นชมยินดี

เหตุผลที่เราสามารถชื่นชมยินดีเมื่อเราถูกข่มเหงเพราะเห็นแก่พระนามขององค์พระผู้เป็นเจ้าก็เพราะว่าเราจะได้รับบำเหน็จอย่างบริบูรณ์ในสวรรค์ (มัทธิว 5:11-12)

ในบรรดาขุนนางที่จงรักภักดีในสมัยโบราณจะมีขุนนางบางคนที่พร้อมที่จะสละชีวิตของตนเพื่อพระราชา พระราชาจะเพิ่มเ

เกียรติและสง่าราศีให้กับความจงรักภักดีของเขา ถ้าขุนนางเหล่านั้นเสียชีวิต พระราชาจะปูนบำเหน็จให้กับลูกหลานของเขา

ยอห์น 15:13 กล่าวว่า "ไม่มีผู้ใดมีความรักที่ยิ่งใหญ่กว่านี้ คือการที่ผู้หนึ่งผู้ใดจะสละชีวิตของตนเพื่อมิตรสหายของตน" ขุนนางเหล่านั้นพิสูจน์ถึงความรักของตนที่มีต่อพระราชาด้วยการสละชีวิตของตน

ถ้าเราถูกข่มเหงและแม้กระทั่งสละชีวิตของเราเพื่อองค์พระผู้เป็นเจ้า พระเจ้าผู้ทรงเป็นผู้ครอบครองสิ่งสารพัดจะทรงนิ่งเฉยอยู่ได้อย่างไร พระองค์จะทรงเทพระพรอันยิ่งใหญ่จากสวรรค์ที่เราคิดไม่ถึงให้กับเราอย่างแน่นอน

พระองค์จะประทานที่อยู่อาศัยที่ดีกว่าแก่เราในสวรรค์ คนที่สละชีวิตของตนเพื่อองค์พระผู้เป็นเจ้าจะได้รับการยอมรับนับถือเพราะหัวใจของเขาที่รักองค์พระผู้เป็นเจ้า เขาจะไปสู่สวรรค์ชั้นที่สามหรือไม่ก็เข้าสู่นครเยรูซาเล็มใหม่

แม้เราจะไม่ได้รับการชำระให้บริสุทธิ์อย่างสมบูรณ์ แต่ถ้าเราสละชีวิตของเราเพื่อองค์พระผู้เป็นเจ้า สิ่งนั้นจะมีความหมายเท่ากับการได้รับการชำระให้บริสุทธิ์อย่างสมบูรณ์ถ้าเราให้เวลามากขึ้น

อัครทูตเปาโลทนทุกข์ทรมานอย่างมากและสละแม้กระทั่งชีวิตของท่านเพื่อองค์พระผู้เป็นเจ้า ท่านสามารถสื่อสารกับพระเจ้าอย่างชัดเจนและมีประสบการณ์มากมายกับสิ่งที่อยู่ฝ่ายวิญญาณแห่งแผ่นดินสวรรค์ เนื่องจากท่านเคยเมืองบรมสุขเกษม เปาโลจึงกล่าวว่า "เพราะข้าพเจ้าเห็นว่า ความทุกข์ลำบากแห่งสมัยปัจจุบันนี้ ไม่สมควรที่จะเอาไปเปรียบกับสง่าราศีซึ่งจะเผยในเราทั้งหลาย" (โรม 8:18)

ท่านกล่าวไว้ใน 2 ทิโมธี 4:7-8 เช่นกันว่า “ข้าพเจ้าได้ต่อสู้อย่างเต็มกำลัง ข้าพเจ้าได้แข่งขันจนถึงที่สุด ข้าพเจ้าได้รักษาความเชื่อไว้แล้ว ตั้งแต่นี้ไป มงกุฎแห่งความชอบธรรมก็เตรียมไว้สำหรับข้าพเจ้าแล้ว ซึ่งองค์พระผู้เป็นเจ้า ผู้พิพากษาอันชอบธรรมจะทรงประทานแก่ข้าพเจ้าในวันนั้น และมิใช่แก่ข้าพเจ้าผู้เดียวเท่านั้น แต่จะทรงประทานแก่คนทั้งปวงที่รักการเสด็จมาของพระองค์”

พระเจ้าไม่ทรงลืมความสัตย์ซื่อและการทุ่มเทของคนที่ถูกข่มเหงและคนที่สละแม้กระทั่งชีวิตของตนเพื่อองค์พระผู้เป็นเจ้า พระองค์จะทรงตอบแทนการเสียสละของเขาด้วยเกียรติและบำเหน็จอย่างบริบูรณ์ อัครทูตเปาโลกล่าวว่าบำเหน็จรางวัลและสง่าราศีอันอัศจรรย์กำลังรอคอยเราอยู่

แม้เราจะไม่ได้เสียชีวิตฝ่ายร่างกายของเราอย่างแท้จริง แต่ทุกสิ่งที่เราทำเพื่อองค์พระผู้เป็นเจ้าด้วยหัวใจของผู้สละชีพเพื่อความเชื่อและการข่มเหงทุกอย่างที่เราได้รับเพื่อเห็นแก่องค์พระผู้เป็นเจ้า ส่งเหล่านี้จะได้รับการตอบแทนด้วยบำเหน็จรางวัลและพระพรอันยิ่งใหญ่

นอกจากนั้น สำหรับผู้คนที่ชื่นชมยินดีแม้เขาจะถูกข่มเหงเพื่อองค์พระผู้เป็นเจ้า พระเจ้าจะทรงตอบสนองความปรารถนาแห่งจิตใจของเขาเพื่อเป็นหลักฐานว่าพระองค์ทรงสถิตอยู่กับเขา ยิ่งเขาเอาชนะความยากลำบากมากเท่าใดความเชื่อของเขาก็จะเติบโตมากขึ้นเท่านั้น จากนั้นเขาจะได้รับสิทธิและอำนาจอันยิ่งใหญ่สื่อสารกับพระเจ้าชัดเจนยิ่งขึ้น และสามารถสำแดงการทำงานด้วยฤทธิ์อำนาจอันยิ่งใหญ่ยิ่งขึ้นของพระเจ้าให้ปรากฏ

ที่จริงคนที่สละชีวิตของตนเพื่อองค์พระผู้เป็นเจ้าไม่สนใจด้วยซ้ำว่าเขาจะได้รับสิ่งใดตอบแทนหรือไม่ในโลกนี้ เขาสามารถ

ชื่นชมยินดีมากขึ้นเพราะว่าไม่มีสิ่งใดจะเปรียบเทียบกับพระพรและบำเหน็จรางวัลที่เขาจะได้รับในภายหลังในแผ่นดินสวรรค์

พระพรสำหรับผู้ที่มีส่วนในการทนทุกข์ขององค์พระผู้เป็นเจ้า

เราควรจดจำอีกสิ่งหนึ่งเอาไว้ เมื่อคนของพระเจ้าทนทุกข์เพื่อองค์พระผู้เป็นเจ้า ผู้คนที่อยู่กับเขาจะได้รับพระพรด้วยเช่นกัน

เมื่อดาวิดถูกอับซาโลมบุตรชายของท่านตามล่าเอาชีวิตซึ่งเป็นผลจากความบาปของท่าน ผู้คนที่สัตย์จริงรู้ว่าดาวิดเป็นคนของพระเจ้า แม้ชีวิตของคนเหล่านั้นจะถูกคุกคามแต่เขาก็ยังยืนหยัดอยู่กับดาวิด สุดท้ายเมื่อดาวิดได้รับพระคุณจากพระเจ้าอีกครั้งหนึ่งคนเหล่านั้นก็ได้รับพระคุณร่วมกับท่านด้วยเช่นกัน

น้ำพระทัยของพระเจ้าผู้ทรงไว้ซึ่งความยุติธรรมก็คือเมื่อคนของพระเจ้าทนทุกข์เพื่อพระนามขององค์พระผู้เป็นเจ้า ผู้คนที่มีจิตใจสัตย์จริงซึ่งยืนหยัดอยู่กับคนของพระเจ้าจะมีส่วนในสง่าราศีที่เขาจะได้รับในภายหลังด้วยเช่นกัน พระเยซูตรัสกับเหล่าสาวกเกี่ยวกับบำเหน็จรางวัลในสวรรค์ที่เขาจะได้รับเพื่อให้เขามีความหวังเพิ่มมากขึ้น

"ฝ่ายท่านทั้งหลายเป็นคนที่ได้อยู่กับเราในเวลาที่เราถูกทดลอง และพระบิดาของเราได้ทรงจัดเตรียมอาณาจักรมอบให้แก่เราอย่างไร เราก็จะจัดเตรียมอาณาจักรมอบให้แก่ท่านทั้งหลายเหมือนกัน คือท่านทั้งหลายจะกินและดื่มที่โต๊ะของเราในอาณาจักรของเรา และจะนั่งบนที่นั่งพิพากษาพวกอิสราเอลสิบสองตระกูล"" (ลูกา 22:28-30)

คริสตจักรของเราและตัวผมต้องพบกับการกดขี่ข่มเหงมากมายในการทำให้แผ่นดินของพระเจ้าสำเร็จ เพราะเรารู้ว่าสิ่งนี้เป็นน้ำพระทัยของพระเจ้าเราจึงประกาศถึงสิ่งที่ลึกซึ้งในฝ่ายวิญญ

าณทั้งที่รู้ว่าสิ่งนี้จะทำให้เราพบกับการข่มเหง

ในขณะที่เผชิญกับความยากลำบากมากมายซึ่งเกินกำลังของมนุษย์ที่จะทนได้ เราได้แต่มอบทุกสิ่งทุกอย่างไว้ในพระหัตถ์ของพระเจ้าด้วยการอธิษฐานและการอดอาหารเพียงอย่างเดียว จากนั้นพระเจ้าทรงประทานฤทธิ์อำนาจที่ยิ่งใหญ่มากขึ้นให้กับเราเพื่อเป็นหลักฐานยืนยันว่าพระองค์ทรงสถิตอยู่กับเรา พระองค์ทรงอนุญาตให้เราสำแดงหมายสำคัญและการอัศจรรย์มากมาย ไม่เพียงแต่โรคภัยนานาชนิดจะได้รับการรักษาให้หายแต่อาการบกพร่องต่าง ๆ (เช่น โปลิโอ ตาบอด หูหนวก อวัยวะบางส่วนของร่างกายที่อ่อนแอมาตั้งแต่กำเนิด เป็นต้น) ต่างก็ได้รับการรักษาให้หายเป็นปกติด้วยเช่นกัน

นอกจากนี้ เราสามารถนำผู้คนนับพัน นับหมื่น นับแสน และแม้กระทั่งนับล้านคนมาอยู่ฝ่ายองค์พระผู้เป็นเจ้าผ่านทางการประชุมเพื่อการประกาศซึ่งถูกจัดขึ้นในหลายประเทศ สถานีโทรทัศน์ CNN ได้รายงานถึงการประชุมเพื่อการประกาศรายการหนึ่งซึ่งกลายเป็นที่สนใจของผู้คนทั่งโลก

ในปี 2005 สถานีโทรทัศน์ GCN (Global Christian Network) ถูกตั้งขึ้นและเริ่มต้นออกอากาศตลอด 24 ชั่วโมงในนครนิวยอร์กและรัฐนิวเจอร์ซี เพียงแค่ในเวลา 1 ปีนับจากการก่อตั้งพระเจ้าทรงอวยพระพรสถานีโทรทัศน์แห่งนี้อย่างมากจนทุกคนทั่วโลกสามารถชมรายการของทางสถานีผ่านดาวเทียม

โดยเฉพาะอย่างยิ่งในการประชุมเพื่อการประกาศในนครนิวยอร์กในเดือนกรกฎาคม 2006 ซึ่งจัดขึ้นที่ Madison Square Garden ในนครนิวยอร์ก การประชุมครั้งนี้ถูกถ่ายทอดออกไปยังผู้ชมใน 200 กว่าประเทศทั่วโลกผ่านสถานีโทรทัศน์คริสเตียนเครือข่ายต่าง ๆ เช่นสถานีโทรทัศน์ GCN, Cosmovision,

GloryStar Network, และ Daystar TV เป็นต้น

เบื้องหลังความยิ่งใหญ่นี้คือคำอธิษฐานที่เต็มไปด้วยคราบน้ำตาของสมาชิกคริสตจักรจำนวนมาก สมาชิกคริสตจักรส่วนใหญ่อธิษฐานและอดอาหารอย่างเอาจริงเอาจังเมื่อคริสตจักรตกอยู่ในสถานการณ์ที่ยากลำบาก

ผู้คนที่มีส่วนร่วมในความทุกข์ยากลำบากขององค์พระผู้เป็นเจ้ามีความหวังอันสูงส่งในเรื่องแผ่นดินสวรรค์ คนเหล่านี้เติบโตขึ้นในความเชื่อฝ่ายวิญญาณที่กล้าหาญ สิ่งเหล่านี้จะได้รับการตอบแทนด้วยพระพรอันยิ่งใหญ่ ครอบครัว ที่ทำงาน และธุรกิจของเขาได้รับพระพร คนเหล่านี้ถวายเกียรติยศแด่พระเจ้าด้วยคำพยานของตน

ด้วยเหตุนี้ คนที่แสวงหาพระพรที่แท้จริงจะสามารถชื่นชมยินดีจากส่วนลึกแห่งจิตใจของตนเมื่อเขาถูกข่มเหงเพราะองค์พระผู้เป็นเจ้า เพราะคนเหล่านี้จะมองไปยังพระพรนิรันดร์ที่อยู่ข้างหน้าซึ่งเขาจะได้รับในแผ่นดินสวรรค์

คนที่แสวงหาพระพรที่แท้จริง

พระพรในสายพระเนตรของพระเจ้าแตกต่างจากพระพรที่ผู้คนชาวโลกคิดว่าเป็นพระพร

ผู้คนส่วนใหญ่คิดว่าการเป็นคนร่ำรวยคือพระพร แต่พระเจ้าตรัสว่าคนที่รู้สึกขัดสนฝ่ายวิญญาณคือผู้ที่ได้รับพระพร ผู้คนคิดว่าการมีการความสุขอยู่เสมอคือพระพร แต่พระเจ้าตรัสว่าคนโศกเศร้าคือผู้ที่ได้รับพระพร พระเจ้าตรัสว่าคนที่หิวกระหายความชอบธรรมและคนที่มีใจอ่อนโยนคือผู้ที่ได้รับพระพร

ลักษณะของผู้เป็นสุขบอกถึงวิธีการที่แท้จริงของการได้รับแ

ผ่นดินสวรรค์เป็นมรดกด้วยจิตใจที่ขัดสนและจิตใจที่เป็นเหมือนพระทัยของพระเจ้าผ่านการข่มเหง

ดังนั้นถ้าเราเชื่อฟังพระคำของพระเจ้าเราก็สามารถกำจัดความชั่วทุกรูปแบบทิ้งไปและเติมจิตใจของเราให้เต็มด้วยความจริง เราจะสามารถรื้อฟื้นพระฉายาที่บริสุทธิ์และอ่อนสุภาพของพระเจ้าขึ้นมาใหม่และเป็นที่พอพระทัยพระเจ้า นี่คือหนทางของการเป็นบุคคลแห่งความเชื่อและบุคคลฝ่ายวิญญาณ

บุคคลเช่นนี้จะเป็นเหมือนต้นไม้ที่ปลูกไว้ริมธารน้ำ ต้นไม้ที่ปลูกไว้ริมธารน้ำจะได้รับน้ำอย่างอุดมสมบูรณ์ แม้วันที่แห้งแล้งหรือในวันที่อากาศร้อน ต้นไม้เหล่านี้ก็จะมีใบสีเขียวและเกิดดอกออกผลอย่างบริบูรณ์ (เยเรมีย์ 17:7-8)

ผู้เชื่อที่ดำเนินชีวิตในพระคำของพระเจ้าจะหลั่งไหลพระพรออกไป คนเหล่านี้จะไม่กลัวความยากลำบาก เขาจะมีประสบการณ์กับความรักและพระพรจากพระหัตถ์ของพระเจ้าอยู่เสมอ

ด้วยเหตุนี้ ผมจึงอธิษฐานในพระนามขององค์พระผู้เป็นเจ้าเพื่อท่านจะมองไปที่สง่าราศีซึ่งจะถูกเปิดเผยกับท่านและปลูกฝังลักษณะของผู้เป็นสุขไว้ในท่าน ผมอธิษฐานเพื่อท่านจะสามารถชื่นชมกับพระพรที่แท้จริงซึ่งพระเจ้าพระบิดาทรงประทานให้กับท่านอย่างบริบูรณ์ทั้งในโลกนี้และในสวรรค์

"บุคคลผู้ไม่ดำเนินตามคำแนะนำของคนอธรรม
หรือยืนอยู่ในทางของคนบาป
หรือนั่งอยู่ในที่นั่งของคนที่ชอบเยาะเย้ย
ผู้นั้นก็เป็นสุข
แต่ความปีติยินดีของผู้นั้นอยู่ในพระราชบัญญัติของพระเยโฮวาห์
เขาไตร่ตรองถึงพระราชบัญญัติของพระองค์ทั้งกลางวันและกลางคืน
เขาจะเป็นเช่นต้นไม้ที่ปลูกไว้ริมธารน้ำ
ซึ่งเกิดผลตามฤดูกาลและใบก็จะไม่เหี่ยวแห้ง
การทุกอย่างซึ่งเขากระทำก็จะจำเริญขึ้น"
(สดุดี 1:1-3)

เกี่ยวกับผู้เขียน ดร. แจร็อก ลี

ดร. แจร็อก ลีเกิดที่เมืองมวน จังหวัดโจนนัม สาธารณะรัฐเกาหลี ในปี 1943 เมื่อท่านมีอายุ 20 ปี ดร. ลี ทนทุกข์ทรมานกับโรคภัยไข้เจ็บที่รักษาไม่ได้หลายชนิดเป็นเวลาถึงเจ็ดปีและนอนรอความตายโดยไม่มีความหวังของการหายโรค แต่อยู่มาวันหนึ่งในช่วงฤดูใบไม้ผลิของปี 1974 พี่สาวของท่านพาท่านมาที่คริสตจักรและเมื่อท่านคุกเข่าลงอธิษฐานพระเจ้าผู้ทรงพระชนม์อยู่ทรงรักษาท่านให้หายจากโรคภัยไข้เจ็บทั้งสิ้นของท่านในทันที

นับตั้งแต่ดร.ลีพบกับพระเจ้าผู้ทรงพระชนม์อยู่ผ่านทางประสบการณ์ที่อัศจรรย์นั้นเป็นต้นมาท่านรักพระเจ้าอย่างจริงใจและด้วยสุดหัวใจของท่าน ในปี 1978 ท่านได้รับการทรงเรียกให้เป็นผู้รับใช้พระเจ้า ท่านอธิษฐานอย่างร้อนรนเพื่อจะเข้าใจน้ำพระทัยของพระเจ้าอย่างชัดเจนและทำให้น้ำพระทัยนั้นสำเร็จอย่างสมบูรณ์พร้อมทั้งเชื่อฟังพระวจนะทั้งสิ้นของพระเจ้า ในปี 1982 ท่านได้ก่อตั้งคริสตจักรมันมินขึ้นในกรุงโซล ประเทศเกาหลีใต้ พระราชกิจอันมากมายของพระเจ้าซึ่งรวมถึงการรักษาโรคอย่างอัศจรรย์และหมายสำคัญต่าง ๆ เกิดขึ้นในคริสตจักรของท่านอย่างต่อเนื่อง

ในปี 1986 ดร.ลีได้รับการสถาปนาให้เป็นศิษยาภิบาล ณ ที่ประชุมสมัชชาประจำปีของคริสตจักรของพระเยซู “ซุงกุล” แห่งประเทศเกาหลีใต้และในปี 1990 (4 ปีต่อมา) คำเทศนาของท่านถูกนำไปเผยแพร่ในประเทศออสเตรเลีย สหรัฐอเมริกา รัสเซีย ฟิลิปปินส์ และอีกหลายประเทศผ่านพันธกิจของผู้ประกาศข่าวประเสริฐ (เอฟ.อี.บี.ซี.) สถานีวิทยุกระจายเสียงแห่งเอเชีย (เอ.บี.เอส.) และสถานีวิทยุคริสเตียนแห่งกรุงวอชิงตัน (ดับเบิ้ลยู.ซี.อาร์.เอส.)

สามปีต่อมา (ในปี 1993) คริสตจักรมันมินเซ็นทรัลเชิร์ชได้รับเลือกให้เป็นหนึ่งใน “50 คริสตจักรชั้นนำระดับโลก” โดยนิตยสาร “โลกคริสตชน” ของสหรัฐอเมริกาและท่านได้รับมอบปริญญาดุษฎีบัณฑิตกิตติมศักดิ์สาขาพันธกิจศาสตร์จากสถาบันพระคริสตธรรมที่มีชื่อเสียงสองแห่งในสหรัฐอเมริกา นั่นคือ วิทยาลัยคริสเตียนเฟธแห่งรัฐฟลอริด้าและสถาบันพระคริสตธรรมคิงส์เวย์ แห่งรัฐไอโอวา

นับตั้งแต่ปี 1993 เป็นต้นมา ดร.ลีเป็นผู้นำในการทำพันธกิจทั่วโลกโดยผ่านการรณรงค์เพื่อการประกาศที่จัดขึ้นในประเทศต่าง ๆ เช่น ประเทศแทนซาเนีย อาร์เจนตินา อูกานดา ญี่ปุ่น ปากีสถาน เคนย่า ฟิลิปปินส์ ฮอนดูรัส อินเดีย

รัสเซีย เยอรมันนี เปรู สาธารณะรัฐประชาธิปไตยคองโก และนครนิวยอร์กสหรัฐอเมริกา ในปี 2002 หนังสือพิมพ์คริสเตียนฉบับหนึ่งในประเทศเกาหลีใต้ขนานนามท่านว่าเป็น “ศิษยาภิบาลของคนทั่วโลก” จากการทำพันธกิจด้านการประกาศพระกิตติคุณในต่างประเทศของท่าน

ในเดือนมีนาคม 2010 คริสตจักรมันมินจุน-อังมีสมาชิกมากกว่า 1 แสนคนและมีคริสตจักรสาขาทั้งในและต่างประเทศอีก 9,000 แห่งทั่วโลก ปัจจุบันคริสตจักรนี้ส่งมิชชันนารีมากกว่า 132 คนไปยัง 23 ประเทศทั่วโลกซึ่งรวมถึงสหรัฐอเมริกา รัสเซีย เยอรมันนี แคนนาดา ญี่ปุ่น จีน ฝรั่งเศส อินเดีย เคนย่า และอีกหลายประเทศ

ในปัจจุบัน ดร.ลีเขียนหนังสือ 60 เล่มซึ่งรวมถึงหนังสือที่มียอดขายสูงสุดเรื่อง “ลิ้มรสชีวิตนิรันดร์ก่อนความตาย” “ชีวิตและศรัทธาของข้าพเจ้า” “สาส์นจากกางเขน” “ขนาดแห่งความเชื่อ” “สวรรค์ภาค 1 และ 2” “นรก” และ “ฤทธานุภาพของพระเจ้า” และอีกหลายเล่ม งานเขียนของท่านถูกแปลเป็นภาษาต่าง ๆ มากกว่า 44 ภาษา

บทความของท่านยังปรากฏอยู่ในหนังสือพิมพ์และนิตยสารฉบับต่าง ๆ เช่น “เดอะ ฮานกุก อิลโบ” “เดอะ จุง-อัง อิลโบ” “เดอะ มุนวา อิลโบ” “เดอะ โซล ชินมุล” “เดอะ ฮานเกียไร ชินมุน” “เดอะ ฮานกุก เกียงเจ ชินมุน” “เดอะ โกเรีย เฮราลด์” “เดอะ ชิซา นิวส์” “หนังสือพิมพ์คริสเตียน” และ “หนังสือเพื่อการประกาศประชาชาติ”

ปัจจุบัน ดร.ลีเป็นผู้ก่อตั้ง ผู้นำ ผู้อำนวยการ และประธานของสมาคมและองค์กรมิชชันนารีจำนวนมากซึ่งรวมถึงการดำรงตำแหน่งประธานของสหคริสตจักรแห่งความบริสุทธิ์เกาหลี (UHCK); ผู้อำนวยการ The Nation Evangelization Paper; ผู้อำนวยการองค์การพันธกิจมิชชันมันมิน (MWM); ผู้ก่อตั้งสถานีโทรทัศน์มันมิน (Manmin TV); ผู้ก่อตั้งและประธานเครือข่ายสื่อมวลชนคริสเตียนทั่วโลก (GCN); ผู้ก่อตั้งและประธานเครือข่ายหมอคริสเตียนทั่วโลก (WCDN); และผู้ก่อตั้งและประธานสถาบันศาสนศาสตร์นานาชาติมันมิน (MIS)

หนังสือเล่มอื่น ๆ ที่เขียนขึ้นโดยผู้เขียนคนเดียวกันได้แก่...

I

สวรรค์ (ภาค 1)
สวรรค์ (ภาค 2)

คำบรรยายโดยละเอียดเกี่ยวกับสภาพแวดล้อมที่มีชีวิตชีวาซึ่งพลเมืองแห่งสวรรค์จะได้ชื่นชมและการบรรยายลักษณะอันงดงามของสวรรค์ชั้นต่าง ๆ
คำเชิญชวนให้เข้าสู่นครเยรูซาเล็มใหม่อันบริสุทธิ์ซึ่งประตูทั้งสิบสองบานของนครนี้ทำด้วยไข่มุกอันแวววาวระยิบระยับ นครนี้ตั้งอยู่ท่ามกลางสวรรค์อันรุ่งเรืองสุกใสเหมือนดังเพชรนิลจินดาที่มีค่า

ตื่นเถิดอิสราเอล

เพราะเหตุใดพระเจ้าจึงทรงเฝ้าดูอิสราเอลตั้งแต่จุดเริ่มต้นของโลกมาจนถึงปัจจุบัน อะไรคือการจัดเตรียมของพระเจ้าสำหรับอิสราเอล (ผู้ที่รอคอยพระเมสสิยาห์) ในช่วงวาระสุดท้าย

สาส์นจากกางเขน

ทำไมพระเยซูจึงเป็นพระผู้ช่วยให้รอดเพียงผู้เดียว เป็นข่าวสารแห่งการฟื้นฟูที่มีอานุภาพสำหรับทุกคนที่หลับใหลฝ่ายวิญญาณ ในหนังสือเล่มนี้ท่านพบถึงเหตุผลของการที่พระเยซูทรงเป็นพระผู้ช่วยให้รอดแต่พระองค์เดียวและความรักที่แท้จริงของพระเจ้า

ลิ้มรสชีวิตนิรันดร์ก่อนเสียชีวิต

เป็นบันทึกเรื่องจริงเกี่ยวกับคำพยานของศจ.ดร.แจร็อก ลีผู้ที่บังเกิดใหม่และได้รับการช่วยให้รอดจากหุบเหวแห่งความตายและดำเนินชีวิตคริสเตียนที่เป็นแบบอย่าง

ขนาดแห่งความเชื่อ

สถานที่แบบใด มงกุฎ และรางวัลชนิดใดที่ถูกจัดเตรียมไว้ในสวรรค์ หนังสือเล่มนี้จะให้ความรู้และคำแนะนำแก่ท่านในการวัดขนาดความเชื่อและการเพาะบ่มความเชื่อของท่านให้เจริญเติบโตมากที่สุด

www.urimbook.com

www.ingramcontent.com/pod-product-compliance
Lightning Source LLC
LaVergne TN
LVHW021825060526
838201LV00058B/3507
9791126313457